Năm thứ VIII 2025 - Bộ mới ra mỗi tháng * 1

AF733216

VĂN HỌC MỚI
TẠP CHÍ VĂN HỌC NGHỆ THUẬT

PHÁT HÀNH MỖI THÁNG / 1 SỐ (1 NĂM 12 SỐ) Năm thứ VIII
Editor-in-Chief: HÀ NGUYÊN DU
Assistant Editor-in-Chief : NT LỆ THU
General Secretary : Lệ Thu & Vương Thư Sinh
Secretary & Manuscript Reader : Bạch Xuân Phẻ

Publishing Technology:
Phạm Hồng Thái & Ngã Phương Huyền
Thư từ, bài vở, ngân phiếu - xin gởi về:
(Văn Học Mới - New Literature Magazine)

Tòa Soạn
(Newsroom)
To: HA NGUYEN
10291 Arundel Ave.
Westminster, CA 92683 - 5821

vanhocmoi4@gmail.com
ntlthu1016@gmail.com
tapchivanhocmoi.tho@gmail.com

https://tapchivanhocmoi.com
https://vanhocmoi.com

ĐẠI DIỆN PHÁT HÀNH
Canada: **Phan Ni Tấn** <phannitan@yahoo.ca>
Canada : **Hoàng Xuân Sơn** <hoangxuanson@hotmail.com>
Minnesota: **Kimchi Hoang** < hkimchi2006@gmail.com>
Georgia: **Đức Phổ**<dducpho@gmail.com>
Massachusetts: **Lâm Chương** <lamchuong495@gmail.com>
Louisiana: **NgT Hồng Hải**<nhattannguyen575@yahoo.com>
Houston: **Nguyễn Minh Triết**<lntt_2000@yahoo.com>
San Jose: **Phạm Hồng Thái**<thaihpham@gmail.com>
Paris:**Trang Thanh Truc<trangthanhtrucparis@yahoo.fr>**
VN: NT Lệ Thu<ntlethu1016@gmail.com>
Germany **Trần Văn Tích**

Số ghi danh Quốc Hội Hoa kỳ: ISSN 2690 - 4276

TRONG SỐ NÀY

NGUYỄN MINH TRIẾT • NGUYỄN VĂN SÂM • ĐỨC PHỔ • TRÚC LAN - NGUYỄN KIẾN THIẾT • HOÀNG XUÂN SƠN • HOÀNG DƯỢC THẢO • NGÃ PHƯƠNG HUYỀN • HUỲNH LIỄU NGẠN • VIÊN DUNG • SAN PHI • NGÔ NGUYÊN NGHIỄM • LÂM HẢO DŨNG • QUYÊN DI • SA CHI LỆ • LƯƠNG THIÊN VĂN • KHA-LY CHÀM • MINH NGUYỄN • NGUYÊN ĐINH TỪ LAM • HÀ NGUYÊN DU • DIỄM • DŨNG NGUYÊN • LÊ HỮU MINH TOÁN • TUỆ TRUNG • TRƯỜNG KHANH • TRẦN QUÝ TRUNG • HUỲNH VIẾT TƯ • PHAN HẠ DU • XUÂN THỦY • TRỊNH MINH HIẾU • HỨA HIẾU • HỒ XOA • TIỂU LỤC THẦN PHONG • NGUYỄN XUÂN SANG • TUỆ TÂM • TRẦN VĂN • NGƯỜI SÔNG HẬU • NGUYỄN AN BÌNH • TÔN NỮ MỸ HẠNH • LÊ KHÁNH NHÂM mục lục

VĂN HỌC MỚI

SỐ 38

VĂN HỌC MỚI
TẠP CHÍ

LỜI TÒA SOẠN
VĂN HỌC MỚI
SỐ 38

Thưa quý Thi Văn hữu và quý độc giả,

Vậy là chúng ta đangòđi qua những tháng ngày giao mùa, khi tiết xuân còn vương vấn trong không gian, và tháng ba mang đến những cảm xúc giao hòa giữa cũ và mới. Số báo Xuân vừa qua cũng đã tiếp tục gắn kết được nhiều ngòi bút sáng tác và giá trị, mang đến cho quý độc giả những bài viết sâu sắc, đầy chất thơ và sáng tạo, ngày một hơn.

Giờ đây, tháng ba đến và không khi tháng tư sẽ gỏ cửa, chúng ta lại cùng nhau tiếp tục chạm vào những dòng chảy không ngừng của văn học. Mùa giao thoa không chỉ là chuyện thiên nhiên, mà con là những chuyển biến của xã hội, chính trị, kinh tế đang diễn ra từng ngày, tạo nên những tác động khó lường đến đời sống con người. Trong bối cảnh đó, văn học trở thành một nguồn sáng tạo, ghi dấu những chuyển biến thời đại, và trở thành một chống dựa tinh thần giữa bao biến động sục sôi trên bàn cờ thế giới.

Tạp chí Văn Học Mới luôn lạc quan và tin tưởng rằng, giữa những dòng chảy không ngừng của văn học, sẽ xuất hiện những tài năng mới, những ngòi bút mang lại làn hương gió thơm góp phần để văn chương có những chấm phá giới hạn cũ, và tạo nên những dấu ấn văn hóa độc đáo. Sự góp mặt trung thực từ những ngòi bút phê bình văn học chính là cầu nối giữa quá khứ và tương lai, giữa những cái cũ và cái mới, để văn học không chỉ là tổng kết, mà còn là hướng đi mới đầy tiềm năng.

Chúng tôi xin gửi lời trân trọng đến quý tác giả và bạn đọc đã luôn đồng hành cùng tạp chí trong suốt chặng đường vừa qua. Xin mời quý vị bước tiếp với số 38, cùng những trang viết mới mang nét sáng tạo đối thoại với thời đại.

Trân trọng,

BBT / Tạp chí Văn Học Mới

NGUYỄN MINH TRIẾT

TẢN MẠN VỀ ÂM DƯƠNG, CHẴN LẺ

Ý niệm âm dương đã ăn sâu trong tâm thức người Việt từ ngàn xưa và được phản chiếu rất rõ nét trong ngôn ngữ. Từ ý niệm này các cặp từ đối lập về ý nghĩa được hình thành rất nhiều trong ngôn ngữ Việt. Các từ như trời-đất, cha-mẹ, đực-cái, đêm-ngày, tối-sáng, nóng-lạnh, chẵn lẻ… bao giờ cũng được ghép chung đôi để chỉ hai ý niệm tương phản nhưng lại có tánh cách bổ sung cho nhau. Cặp từ đối lập biểu trưng cho ý niệm âm dương rõ rệt nhứt là cặp từ "mẹ-cha". Mẹ là giống cái có tiềm năng sinh sản nên khi mang thai, tuy một mà hai, ứng với số chẵn. Do đó người xưa đã dùng ký hiệu hai gạch ngắn - - để biểu trưng cho âm. Cha là giống đực, không có khả năng sinh sản như mẹ nên phải chịu lẻ loi và ứng với số lẻ. Ký hiệu biểu trưng cho dương là một gạch dài --. Hai ký hiệu này về sau được dùng để vẻ các quẻ trong Bát quái. Đất cũng được xem là âm vì đất có khả năng sinh sản như mẹ qua hình ảnh các vụ mùa và cây cỏ đâm chồi nẩy lộc. Đất được biểu tượng bằng hình vuông như trong câu nói "trời tròn, đất vuông". Thật vậy, từ mặt đất nhìn lên trời như một vòng tròn cao xa vời vợi, uy nghi hùng dũng được đồng hoá với cha thuộc về dương. Đêm lạnh thuộc âm, ngày nóng thuộc dương. Đêm thì tối nên màu đen thuộc âm và ban ngày nắng đỏ nên màu đỏ thuộc âm. Phương bắc thường thuộc về miền lạnh như mùa đông nên phương đông và mùa đông thuộc âm. Trái lại mùa hè và phương nam thuộc dương. Hai biểu tượng vuông tròn để chỉ trời và đất đồng thời cũng chỉ ý niệm hài hoà có âm có dương. Khi nói "vuông tròn" là nói đến sự hoàn mỹ, hoàn thiện như trong phong tục cúng Tết với bánh dầy tròn, bánh chưng vuông, hay trong cách nói "mẹ tròn con vuông", hoặc như trong các câu ca dao như:

- Ba vuông sánh với bảy tròn,
Đời cha vinh hiển, đời con sang giàu….

- Lạy trời cho đặng vuông tròn,
Trăm năm cho trọn lòng son với chàng…

Một lễ vật không thể thiếu trong tục cưới hỏi của dân ta là bánh su sê tức bánh phu thê (vợ chồng) đọc trại ra. Bánh su sê hình tròn bọc bằng hai khuôn hình vuông bằng lá úp khít vào nhau chánh là biểu tượng cho nguyên lý âm dương, vuông tròn nói lên ý nghĩa cuộc sống lứa đôi vẹn toàn, hoàn mỹ, hoà hợp hài hoà giữa người với người cũng như giữa người và trời đất.

Những ý niệm cặp đôi đơn sơ đó của Việt tộc là căn nguyên của tư tưởng nhị nguyên mà sau này được dùng làm nền tảng cho Kinh Dịch. Tư tưởng nhị nguyên này đã để lại dấu vết trong sự tích Tiên Rồng là huyền sử mang tánh cách cặp đôi về hai vật tổ của Việt tộc là Tiên và Rồng. Tánh cách cặp đôi này cũng thấy được trong các huyền thoại dân gian khác như chuyện Sơn Tinh - Thuỷ Tinh, chuyên Trầu cau, chuyện Trương Chi – Mỵ Nương….

Nếp tư duy cặp đôi này đã khiến cho người Việt khi nói đến cha liền nghĩ ngay đến mẹ:

Công cha như núi Thái sơn
Nghĩa mẹ như nước trong nguồn chảy ra.

Khi nói đến đất là ghép liền vào với trời, khi nói tới nước là ghép liền vào với non như đất trời, như non nước là những cụm từ mang ý nghĩa vượt lên ý nghĩa vật thể để chỉ một ý niêm trừu tượng hơn là quốc gia, là tổ quốc. Tiếng cặp đôi như vậy trong ngôn ngữ Việt có rất nhiều không thể kể ra hết được.

Ý niệm cặp đôi tức số 2 cũng được trừu tượng hoá thành một phạm trù triết học để nói lên quan niệm âm dương lưỡng hợp, chỉ sự biến hoá: tuy một mà hai, tuy hai mà một. Trong huyền sử Việt tộc có rất nhiều biểu tượng mang tánh cách lưỡng hợp này như trong mắt của hai ông Nghiêu Thuấn có đến 2 con ngươi dùng để nói lên quan niệm “trùng hoa”, hai ông bà Phục Hi, Nữ Oa sống được trên đất lẫn dưới nước được gọi là “lưỡng thê”, hoặc hai vật tổ Tiên và Rồng trong huyền sử về nguồn gốc của Việt tộc, một dân tộc biết sống dung hợp giữa âm và dương nên đã đạt được Đạo, “nhất âm nhất dương chi vị đạo”.

Tuy nhiên, ý niệm âm dương không phải lúc nào cũng được phân biệt rõ rệt như vậy mà từ lâu Việt tộc đã nhìn thấy rằng không có gì hoàn toàn âm, hoặc hoàn toàn dương, mà trong âm có dương và trong dương có âm. Ngôn ngữ đã thể hiện điều nhận thức này qua các cách nói như: "trong rủi có may, trong hay có dở, trong hoạ có phúc..." hoặc như:

Chim sa, cá nhảy chớ mừng
Nhện sa, xà đón xin đừng có lo...

Ngoài ra, quan niệm dân gian còn cho rằng âm dương cũng không phải luôn luôn cố định mà còn luôn chuyển hoa, âm cực sinh dương, dương cực sinh âm hay âm có thể biến thành dương và dương cũng có thể biến thành âm. Điều này quá hiển nhiên như ngày và đêm, mưa và nắng, nóng và lạnh luôn đổi chỗ cho nhau, hoặc như cây từ đất đen (âm) mọc lên, lá xanh tươi tốt rồi trở nên vàng úa thành đỏ (dương) để cuối cùng rơi rụng trở về với đất (âm), hoặc nước loãng (âm) nếu làm lạnh đến cùng cực sẽ hoá thành băng đá (dương).... Những nhận thức về âm dương chuyển hoá này cũng có đầy dẫy trong ngôn ngữ như: "trèo cao té đau, yêu nhau lắm cắn nhau đau..." hay như trong tục ngữ ca dao

- Nhất sĩ nhì nông, hết gạo chạy rong, nhất nông nhì sĩ...

- Con vua thì lại làm vua
Con sãi ở chùa lại quét lá đa
Bao giờ dân nổi can qua
Con vua thất thế lại ra quét chùa...

Nhờ nếp tư duy âm dương như vậy nên người Việt từ lâu đã có một triết lý sống rất quân bình. Trong cuộc sống luôn cố gắng sống hài hoà âm dương với mọi người chung quanh cũng như với môi trường thiên nhiên. Ngay đối với chánh bản thân cũng cố giữ sự hài hoà âm dương trong cơ thể qua cách thức ăn uống và luyện tập. Các món ăn của người Việt thường được chế biến căn cứ trên sự cân bằng âm dương và âm dương chuyển hoá. Chẳng hạn như gừng có vị nhiệt (dương) có tác dụng làm giải cảm, cho nên được dùng làm gia vị cho những thực phẩm có tánh hàn (âm) như cá, rau cải hoặc ớt cũng thuộc loại nhiệt (dương) nên cũng được dùng trong các món ăn thuỷ sản (âm) như tôm cua, cá, mực… Rau răm thuộc dương được dùng ăn chung với trứng lộn thuộc âm ..v.v… Nói chung, các món ăn của người Việt dù bình dân hay cầu kỳ đều luôn luôn là một tổng hợp hài hoà của âm dương, của ngũ vị: chua, cay, ngọt, mặn, đắng, và của ngũ sắc: đỏ, đen, xanh, trắng, vàng.

Nói đến ăn là phải nói đến một dụng cụ dùng để ăn của Việt tộc là đôi đũa. Trong khi nhiều dân tộc ở Á châu dùng tay để bốc, dân phương Tây dùng dao, nỉa, muỗng để ăn thì Việt tộc dùng đôi đũa cho mọi động tác của ăn uống như gắp, và, xé, dầm, trộn, vét… Tập quán dùng đũa của Việt tộc đã có từ lâu đời và thể hiện nguyên lý cặp đôi trong văn hoá Việt:

- Vợ chồng như đũa có đôi
- Vợ dại không hại bằng đũa vênh
- Bây giờ chồng thấp vợ cao
Như đôi đũa lệch so sao cho bằng…

Một trong các món ăn thông dụng không thể thiếu trên các mâm cơm của người Việt là chén nước mắm pha. Chén nước mắm pha ngon phải có vị mặn đậm đà của nước mắm (thuỷ) vàng lườm, vị cay (kim) của ớt đỏ hay gừng vàng, vị chua (mộc) của chanh hay dấm trắng, vị đắng (hoả) nồng nàn của tỏi, và vị ngọt ngào của đường (thổ). Thật có ít món ăn nào vừa đơn sơ mà vừa tổng hợp một cách hài hoà âm dương và màu sắc như vậy.

Tục ăn trầu là một biểu tượng khác cho nguyên lý âm dương hài hoà này. Miếng trầu gồm một miếng cau, một lá trầu quết vôi thêm một miếng rể tức vỏ cây chát, người ta nhai rồi nhổ nước và nhả bã. Miếng trầu có cái tươi ngọt từ hạt cau, cái cay của lá trầu, cái nồng nàn của vôi, cái bùi của rể… tất cả tạo thành một hợp chất kích thích làm cho thơm miệng, đỏ môi, hồng má… Ăn trầu còn có tác dụng chống hôi miệng, chống sâu răng, chống sơn lam chướng khí… Cây cau vươn cao là biểu tượng của trời (dương), vôi là chất đá biểu tượng cho đất (âm), dây trầu mọc từ đất (âm) quấn lấy thân cau (dương) biểu tượng cho sự trung gian của âm dương hoà hợp.

Tục hút thuốc lào cũng là một hình thức hài hoà âm dương khác. Tục hút thuốc lá xuất phát từ phương Tây, nhưng khi hút thuốc họ chỉ dùng có lửa (duy dương) trong khi đó hút thuốc lào của ta là một tổng hợp của nguyên lý âm dương thuỷ hoả. Cái điếu dùng để hút thuốc lào bên dưới có chứa nước, thuốc được đốt ở trên bằng lửa (dương) và kéo xuống dưới gặp nước (âm), khói thuốc (dương) đi qua nước (âm) tạo thành tiếng kêu trước khi đến miệng người hút. Thú hút thuốc lào đã bao nhiêu đời là một thời biểu tượng cho sự đam mê tột độ nên đã được phản ảnh qua tục ngữ như "say nhau như điếu đổ"... hay qua ca dao như:

Nhớ ai như nhớ thuốc lào,
Đã chôn điếu xuống lại đào điếu lên...

Như vậy, ý niệm âm dương hay nguyên lý nhị nguyên đã hiện diện trong cuộc sống của Việt tộc nói chung và của người Việt Nam nói riêng từ ngàn đời trước. Nguyên lý âm dương đã gắn liền với cuộc sống nông nghiệp của tổ tiên tạo thành một nền văn hoá nông nghiệp. Nền văn hoá Việt tộc này khởi thuỷ có cái nôi là vùng lưu vực sông Dương tử trải xuống phương Nam. Về sau Hán tộc ở phía bắc sông Dương tử vì khí hậu rét mướt, đất đai sỏi đá khô cằn nên tiến về phương Nam tìm sinh lộ khiến một phần Việt tộc phải chạy xa thêm nữa về phương Nam tìm đất sống. Khi Hán tộc xâm chiếm lưu vực sông Dương tử đã đem nền văn hoá du mục hoà trộn với văn hoá nông nghiệp của Việt tộc và làm phát sinh ra nhiều biến thể cũng như đóng góp và tạo dựng nên nhiều điều mới lạ cho nguyên lý âm dương nguyên thuỷ.

Một cách chung, nhiều nhà nghiên cứu cho rằng do sự xâm nhập của văn hoá du mục nguyên lý âm dương đã dần dần biến đổi và chia thành hai nhánh. Nhánh phương bắc gọi âm dương là Lưỡng nghi. Rồi dựa trên phép phân đôi hay phép tính nhị phân có cơ số 2 tức số chẵn để tạo dựng thành những mô hình vũ trụ chặt chẽ. Theo Kinh Dịch vũ trụ được gọi là Thái cực, Thái cực sinh Lưỡng nghi rồi Lưỡng nghi sinh Tứ tượng, tức 2 sinh 4, Tứ tượng sinh Bát quái tức 4 sinh 8, và Bát quái biến hoá vô cùng. Một cách chung, nhánh phương bắc xây dựng những mô hình vũ trụ thường dựa trên số chẵn. Trong cuộc sống văn hoá và ngôn ngữ của người phương bắc có đầy dẫy những số chẵn 4, 6, 8 như: tứ bàng (4 bên hàng xóm), tứ đức (4 đức tánh của phụ nữ theo đạo của Khổng tử), tứ hải (4 biển), tứ trụ (4 vị đại thần trong triều), tứ thanh (4 thanh trong tiếng Hán), tứ mã (xe do 4 ngựa kéo),…lục bộ (6 bộ trong triều đình), lục cực (6 điều khổ), lục nghệ (6 môn học lễ-nhạc-xạ-ngự-thư-số), lục súc (6 loài vật nuôi nơi nông thôn: ngựa, bò, dê, gà, chó, heo), lục tặc (6 thứ giặc), lục vị (6 vị thuốc quý), bát âm (8 loại nhạc cụ), bát bửu (8 vật quý), bát hiền (8 người tài), bát tiên (8 vị tiên), bát trân (8 món ăn ngon), bát vị (bài thuốc 8 vị).v.v…

Trong khi đó Việt tộc ở phương nam, đặc biệt là người Việt thì lại ưa dùng số lẻ để dựng lên những mô hình vũ trụ đầy bí ẩn. Vũ trụ từ hỗn mang sinh ra âm dương, rồi âm dương biến thành Tam tài, tức 2 sinh 3, và Tam tài biến hoá thành Ngũ hành tức 3 sinh 5. Ngôn ngữ Việt Nam có đầy những cách nói với số lẻ như: 3 mặt 1 lời, 3 thưng vào 1 đấu, mua danh 3 vạn, bán danh 3 đồng, 3 hồn 7 vía, 3 dãy 7 toà, 3 lo 7 liệu, 3 vành 7 vẻ, 3 vợ 7 nàng hầu, 3 vuông 7 tròn, 3 chìm 7 nổi 9 lênh đênh, 3 hồn 9 vía, 3 bò 9 trâu, tụm 5 tụm 3, 5 cha 3 mẹ, 5 bè 7 mối, 5 lần 7 lượt, 5 thê 7 thiếp, gậy thần 9 đốt … Ngoài ra, còn có nhiều cụm từ khác dùng những con số là bội số của các số lẻ trên như con số 18 (18 đời Hùng Vương, 18 ụ súng ở thành Cổ Loa, cây quạt có 18 chiếc nan, trống đồng sông Đà có 18 hình chim, 18 thôn vườn trầu ở Hốc môn, tỉnh Gia định…), như con số 36 (36 con chim bay trên mặt trống đồng Ngọc Lũ, 36 phố phường Hà nội, 36 cái nõn nường…).

Những số lẻ cũng được thể hiện trong các tập tục của người Việt như vái lạy ba cái, bàn thờ có ba bực, rót ba chén rượu, đốt ba nén hương, đánh ba hồi trống khi tế lễ … hoặc trong các bài vè như:

Cái cò chết tối hôm qua
Có hai hột gạo với ba đồng tiền
Một đồng mua trống mua kèn
Hai đồng mua mỡ đốt đèn thờ vong.

Ngay cả trong truyện Kiều, Nguyễn Du cũng dùng đến số lẻ khi so sánh giữa chữ tâm và chữ tài:

Chữ tâm kia mới bằng ba chữ tài…

Trong ca dao, đôi khi ta cũng thấy số lẻ được nhắc đến như một kiêng kỵ:

- Mồng năm, mười bốn, hai ba
Đi chơi cũng lỗ nữa là đi buôn
- Mồng năm, mười bốn, hai ba
Lấy vợ thì tránh, làm nhà thì kiêng…

Số lẻ cũng được thể hiện trong kiến trúc của truyền thống văn hoá Việt tộc. Cổng chùa, cổng nhà thì xây theo hình thức cổng tam quan có ba ngỏ vào. Bực thang thì có bực tam cấp. Nhà dân chúng thì cất theo kiểu ba gian hoặc năm gian, các công trình kiến trúc lớn thì theo lối tam toà. Lợp nhà thì dùng ngói âm dương, miếng sấp miếng ngửa úp lên nhau. Cổng Ngọ Môn ở Huế có ba cửa chánh, thêm hai cửa phụ hai bên thành năm, trên nóc có chín nhóm mái, nên ca dao Huế có câu:

Ngọ Môn năm cửa, chín lầu
Cột cờ ba cấp, Phú Văn lâu hai tầng…

Ý niệm âm dương đã biến hoá thành khái niệm Tam tài là một khái niệm gồm ba yếu tố Trời-Đất-Người (Thiên-Địa-Nhân) trong đó Trời thuộc dương, Đất âm và con Người ở giữa, có âm tánh khi so với Trời và dương tánh nếu so với Đất. Với khái niệm Tam tài này, Người được đặt ngang hàng cùng Trời và Đất:

Ta cùng Trời Đất ba ngôi sánh
Trời Đất Ta đây đủ hóa công.

Trời Đất là hóa công tạo dựng cái mới, tạo dựng ra vũ tru; con Người cũng tạo dựng những cái mới như thiết lập nên những giá trị về luân lý, nghệ thuật, khoa học, kỹ thuật… Ngoài ra, ý niệm Tam tài giúp cho con Người thấy được giá trị tác năng lớn lao của mình, cũng như tạo cho con Người một địa vị tâm linh độc lập tự làm chủ, đó là căn nguyên của tư tưởng Nhân chủ trong triết Việt. Chánh vì quan niệm ngang hàng này mới có những câu ca dao kiểu "coi trời bằng vung" như:

- Bắc thang lên hỏi ông Trời
Bắt bà Nguyệt lão đánh mười cẳng tay
Đánh rồi lại trói vào cây
Hỏi bà Nguyệt lão đầu dây tơ hồng.
- Ngồi buồn đốt một đống rơm
Khói lên nghi ngút chẳng thơm tí nào

Khói lên thấu đến Thiên tào
Ngọc hoàng phán hỏi đứa nào đốt rơm

Bộ ba Trời-Đất-Người là một bộ ba điển hình, đại diện cho hàng loạt những bộ ba khác như cha-mẹ-con, con người-không gian-thời gian, vợ-chồng-em trong sự tích trầu cau biến thành bộ ba trầu-cau-vôi… Trên mặt trống đồng Ngọc Lũ, bộ ba Chim-Nai-Người được khắc trên ba vành từ ngoài vào trong biểu tượng cho bộ ba Trời-Đất-Người.

Bộ ba Chim-Rắn-Cá sấu cũng rất phổ biến trong dân gian nên có câu: nhứt điểu, nhì xà, tam ngư, tứ tượng. Sở dĩ bộ ba này được phổ biến vì nó gần với môi trường sông nước và văn hoá nông nghiệp. Huyền sử Tiên Rồng nói về cội nguồn của Việt tộc đã đẩy các con vật này lên mức biểu trưng. Tiên Rồng là một cặp đôi trong đó Tiên được trừu tượng hoá từ giống chim (cho nên Mẹ Âu Cơ đã đẻ ra trăm trứng), và Rồng được trừu tượng hoá từ hai giống bò sát là rắn và cá sấu.

Các bộ ba Thuỷ-Hoả-Thổ và Mộc-Kim-Thổ là những bộ ba được trừu tượng hoá từ nhận xét thực tế của cuộc sống nông nghiệp là đất (Thổ) được dùng để trồng trọt, cây (Mộc) nuôi sống con người, nước (Thuỷ) tưới cây giúp cây tăng trưởng, lửa (Hoả) đốt cây thành tro làm phân nuôi đất (Thổ), sắt thép (Kim) được dùng làm nông cụ nhưng lại làm cây cối cằn cỗi…. Hai bộ ba này có tố chung là Thổ. Kết hợp hai bộ ba này lại tạo thành một Bộ Năm tức Ngũ hành.

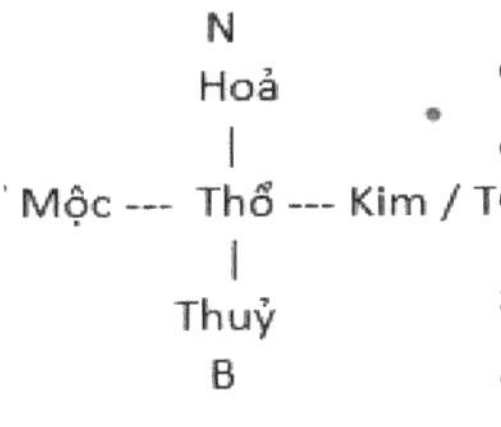

Bộ năm Ngũ hành tượng trưng cho những quan hệ đa dạng phức tạp của các thành tố trong đó các cặp Thủy Hoả, Mộc-Kim là những cặp âm dương đối lập rõ rệt và Thổ ở giữa điều hợp các đối kháng.

Cấu trúc của mô hình vũ trụ gồm năm thành tố cho thấy rõ nguồn gốc nông nghiệp của Ngũ hành. Đối với nhà nông không có gì quan trọng hơn đất, cho nên hành Thổ được đặt vào trung tâm cai quản bốn phương. Sau đất, thành tố Nước cũng rất quan trọng cho nhà nông (nhứt nước, nhì phân...). Nói về phương hướng thì hành Thuỷ là âm ứng với phương Bắc, hành Hoả là dương nên ở phương Nam, hành Mộc là cây, mà cây cối là sự sống chỉ buổi sáng, chỉ mùa xuân nên ứng với phương Đông dương tánh, hành Kim là kim loại thuộc tĩnh nên ứng với phương tây âm tánh.

Một trong các ứng dụng của Ngũ hành vào các lãnh vực khác là ứng dụng vào hệ thống màu sắc. Hai màu đen-đỏ mang tánh đối lập âm dương rõ rệt nhứt nên ứng với hai hành Thuỷ-Hoả. Hai màu xanh-trắng cũng đối lập âm dương nhưng không rõ rệt bằng nên ứng với hai hành Mộc-Kim. Màu vàng ứng với hành Thổ ở trung ương. Vì màu vàng là màu của trung ương nên các vua chúa của thời quân chủ ở Việt Nam và Trung Hoa đã dành độc quyền sử dụng màu vàng làm của riêng. Tất cả những gì thuộc về vua chúa đều mang màu vàng: ngai vàng, ngự bào màu vàng, cung điện sơn son thếp vàng, hoàng cung... Trong dân gian ứng dụng của Ngũ hành được tìm thấy trong lá bùa ngũ sắc, trong tranh Ngũ hổ vẽ hình 5 con cọp ở năm phương với năm màu theo Ngũ hành với ý nghĩa cọp là sức mạnh trấn giữ năm phương tà ma không còn lối thoát, hoặc trong ngày lễ hội, các lá cờ hình vuông bằng vải năm màu theo Ngũ hành cũng được treo lên để nói lên niềm vui hài hoà

Một ứng dụng khác nữa của Ngũ hành là coi con người và vũ trụ có cấu trúc giống như nhau (thiên địa vạn nhứt thể). Con người là một tiểu vũ trụ, cũng có âm dương và Ngũ hành. Thân thể từ ngực trở lên là dương, từ bụng trở xuống là âm, trán là dương, cằm là âm... Các Ngũ hành khác của con người là ngũ tạng, ngũ phủ, ngũ quan, và ngũ chất.

Ngũ tạng gồm thận là cật, tâm là tim, can là gan, phế là phổi, và tì là lá lách.

Nhưng các tạng không phải chỉ có nghĩa vật thể đơn giản như vậy mà cũng như các Hành, tạng còn có những khái niệm về chức năng trừu tượng hơn. Thận ứng với thuỷ chủ về nước, là nơi chứa tinh trông coi sự phát dục; quả cật chỉ là một đại diện tiêu biểu mà thôi. Tâm ứng với hoả chủ về vận hành huyết mạch, là nơi chứa thần minh. Tâm huyết kém thì thần trí suy, sanh mất ngủ, mê sảng, lo âu, hay quên; quả tim chỉ là một đại diện tiêu biểu của nó. Can ứng với mộc có chức năng tàng trữ máu, điều tiết huyết, giữ gân cơ ổn định; gan chỉ là một đại diện tiêu biểu. Phế ứng với kim chủ về hô hấp và vận hành khí, phổi chỉ là một đại diện tiêu biểu. Tì chủ về dinh dưỡng và vận hành thức ăn; lá lách chỉ là một đại diện tiêu biểu.

Ngũ phủ cũng vậy là năm vùng gồm bàng quang, tiểu tràng, đại tràng, đởm, và vị. Bàng quang tức bọng đái ứng với thuỷ là nơi chứa nước, và biến nước thành tân dịch tức mồ hôi, nước mắt và chủ về tiểu tiện. Tiểu tràng tức ruột non ứng với hoả là nơi biến đồ ăn từ dạ dày thành chất nước bổ dưỡng dẫn lên tim để hoá ra máu đi nuôi cơ thể. Đại tràng tức ruột già ứng với kim làm tiếp nhiệm vụ của tiểu tràng, chủ về bài tiết. Đởm tức mật ứng với mộc, chủ về sự quyết đoán. Vị tức dạ dày ứng với thổ là nơi chứa thực phẩm thuỷ cốc và chủ về việc xử lý các chất đó.

Ngũ quan là tai, lưỡi, mắt, mũi, miệng. Ngũ chất là xương tuỷ, huyết mạch, gân, da lông, và thịt.

Nhờ thấu triệt được cấu trúc cơ thể của con người và sự tương quan của các bộ phận với ngũ hành như vậy nên các nhà đông y từ xa xưa đã có thể chẩn đoán và chữa bệnh cho con người một cách hữu hiệu dựa trên nguyên lý các tạng, phủ của con người phải giữ được quân bình âm dương thì sức khoẻ tốt đẹp, khi mất quân bình thì sanh ra bịnh tật.

Do nhìn thấy sự tương quan mật thiết giữa con người và vũ trụ, nên người xưa không chỉ đem những nhận thức về vũ trụ áp dụng cho con người mà còn lấy con người làm trung tâm để khảo sát thiên nhiên. Con người thuộc hành Thổ ở trung cung của Ngũ hành nên chánh con người điều hoà và dung hợp các xung khắc giữa âm và dương, và con người mới là trung tâm của vũ trụ vậy.

NGUYỄN MINH TRIẾT

NGUYỄN VĂN SÂM

Từ kỷ niệm xưa ở Petrus Ký ... nhớ ơn các thầy cũ.

Nguyễn Văn Sâm *(Viết cho Đặc San PK Toàn Cầu 2024)*

Tôi, những năm ở lớp 1,2,3, (tiếng gọi lúc đó,194X... là lớp Năm, Tư, Ba) vì gia đình quá nghèo, cha tôi phải dọn nhà tới lui nhiều lần, xách con di chuyển từ trường nầy sang trường khác không biết bao nhiêu bận, cho nên thằng bé lên tới cuối lớp Nhứt để thi vô Đệ Thất thì đã lớn xầm xầm, 14 tuổi rồi! (1954)

Hai năm lớp Nhì, lớp Nhứt, tôi được học ổn định tại trường Trương Minh Ký, ở góc đường Galliéni và Boresse Quận Nhì Sàigòn. Trường nầy nay là trường Tiểu học Nguyễn Thái Học. Ngày trước 1951, vì cha tôi đã mất sớm, mẹ tôi một mình nuôi năm đứa con không nổi, cô Năm tôi mang hai cháu - tôi và ông anh mà sau nầy đậu vô trường Petrus Ký trước tôi một niên khóa và về sau thành Giáo sư trường Quốc Gia Nghĩa Tử cho tới năm 1975 - về nuôi ở cái góc chợ Cầu Ông Lãnh, cả nhóm rất nhiều người của hai thế hệ túm húm tùm nhum trong một phần đất rất nhỏ của khu kêu là Chợ Cháy phụ giúp cô coi chuyện bán buôn những thứ lỉnh kỉnh như xà bông, lược, kem đánh răng, bao bồng bột, móc áo... ngoài giờ đi học.

Tôi không còn nhớ thầy dạy mình ở lớp Nhì, nhớ lờ mờ là vợ ông là cô giáo trường Nữ Tiểu Học Tôn Thọ Tường, phía bên kia đường Galliéni đối diện với trường Trương Minh Ký lúc đó. Chỉ nhớ thầy dạy mình lớp Nhứt và nhớ ơn thầy nhiều. Đó là thầy Đại mà học trò thường kêu là 'ông Đại mô-tô' vì nội trường không ai đi mô-tô hết. Cái mô-tô Harley bự kềnh của thầy làm ngạc nhiên cả trường kể cả các thầy giáo, cô giáo khác. Các thầy khác thường đi xe đạp hay mobylette, các cô thì đi bộ nếu nhà gần, đi xích lô nếu nhà xa. Thầy Đại phụ trách luôn chuyện tập thể dục cho chúng tôi và ông bắt học học sinh hít thở cho thiệt sâu để lớn phổi sau nầy khỏe mạnh. Cuối năm học, trước khi bãi trường để chúng tôi thi vô Đệ Thất thầy nhắc tới nhắc lui là 'bây phải làm bài sao cho có vẽ đặc biệt vì người ta chấm cả ngàn bài, bài nào cũng giống nhau thì nhàm chán và mệt mỏi tới buồn ngủ luôn, tới chừng gặp một bài hơi khác khác là họ cảm thấy thoải mái và sẽ sẵn sàng cho điểm lớn. Mà bây biết không, chừng 1, 2 điểm trội hơn thì bây có thể nhảy lên trên mấy trăm đứa. Trúng bài toán đố nữa thì kể như đậu chắc'. Tôi mang trong lòng bí kíp đó nên khi đi thi tôi tìm cách vẽ hình cho những Câu Hỏi Thường Thức, nhớ đâu như là 'bình thông nhau' tôi vẽ hai ba hình mỗi hình một chi tiết, kể như đánh cá với số phận vì nếu gặp giám khảo khó sẽ bị coi là làm dấu đặc biệt và bài sẽ bị loại. May quá, gặp giám khảo dễ và phóng khoáng cho nên tôi được... đậu. Tôi còn nhớ mình đậu hạng 118 và tôi thiệt sự nhớ ơn thầy Đại của trường Trương Minh Ký đã trao cho mình bí kíp kia. Còn nhớ như in là thầy Đại nói, trong lớp nầy may ra chỉ có thằng Tùng là học trò ở lại lớp nầy năm ngoái đậu được, còn thằng Sâm thì chó dắt mới đậu vì nó làm bài lụp chụp, không bao giờ dò lại. Ông ngó thẳng vô tôi nói: Nên cẩn thận nha mấy con, dò đi dò lợi cho tới hết giờ mới nạp bài làm vì nạp rồi khi trực nhớ lợi là còn chỗ sai hay thiếu thì không thể lấy bài lợi được. Tôi biết ông nói chung chung nhưng là dặn cho riêng tôi thì nhiều. Và ngoài bí kíp trên tôi còn thêm cẩm nang là dò tới dò lui bài của mình cho tới phút chót trong kỳ thi.

Vô trường Petrus Ký tôi được xếp lớp Đệ Thất G, chung với anh Trần Tuấn Anh vốn năm đó thi tuyển vô đậu đầu, tôi nghĩ là mình sẽ khó học lại anh... nhớ lại càng cám ơn thầy Đại đã truyền bí kíp cho học trò nhà quê là chúng tôi vốn con nhà nghèo. Bây giờ lớp G đó sau bảy mươi năm còn có vài ba người ở Mỹ như Châu Thành Tích – anh nầy sau cũng là giáo sư trường Petrus Ký từng sống ở Orange County. CA và nghe đâu gần đây đã về nghỉ dưỡng già ở quê mình bên Việt Nam -, Lưu Hữu Lễ, xuất gia từ lâu rồi, Mai Thanh Truyết – TS Hóa Học Pháp hiện sinh sống ở Houston, TX -, Nguyễn Hữu Trí, làm thuế trên vùng Los Angeles, Hàn Minh Đức, QGHC, từng giữ chức Phó Quận vùng Hậu Nghĩa, anh Lưỡng, anh Nam, hai ông nầy trước đây ma lon Quan Cảnh Sát rất sớm, khi chúng tôi còn làm s/v... Và chúng tôi vẫn còn giao tình thân mật như xưa mỗi khi gặp lại nhau. (Rất ít khi, vì sống rời rạc và mỗi người mỗi hoàn cảnh...)

Sẵn đây cũng nên nhắc lại để cám ơn một vị thầy khác là thầy Nguyễn Văn Phú, của trường Văn Lang, thầy cũng truyền bí kíp để thi dễ đậu:

Xin 2, 3 tờ giấy nháp để khỏi lật qua lật lại mất thì giờ và mất công tìm kiếm phần mình đã viết.

Với bài bình luận về văn chương hay luân lý thì nhớ câu thơ nào viết ra câu nấy sau nầy dùng được câu nào thì dùng để dẫn chứng, cố gắng cho xen vô hết trong bài làm những câu mình đã nhớ, đã ghi.

Luôn luôn viết nhập đề và kết luận trước trên giấy nháp sau đó khi dùng cho bài thì mài giủa lại câu văn cho trơn tru, lưu loát.

Những bí kíp nầy tôi đã dùng cho tất cả những kỳ thi sau nầy từ các lớp Trung học cho tới những lớp Đại học, kể cả kỳ thi năm thứ nhứt Tiến Sĩ – kỳ thi độc nhứt của VNCH 1973 –

Trở về nhớ ơn các thầy ở trường Petrus Ký.

Trước nhứt là thầy Nguyễn văn Thái dạy Anh văn chúng tôi năm Đệ Thất, ông nhấn mạnh trên sự quan trọng của việc phiên âm quốc tế và cách đọc tiếng Anh khi nhìn phiên âm quốc tế, thầy chỉ dẫn phương pháp phiên âm nầy một cách tận tình và rõ ràng. Hình như thầy có một ái nữ sinh sống ở Little Sài gòn và tôi đã chào chị ấy, nhắc là tôi là fan của thân phụ chị thì chị cười vui thân thiện.

Trường hợp cô Nguyễn thị Sâm. Cô dạy chúng tôi năm Đệ Thất, môn Việt văn. Tôi không nhớ mình học được gì từ cô nhưng nhớ câu nói của cô: Các em phải học viết chánh tả cho đúng vì khi lớn lên người ta sẽ đánh giá mình qua chuyện viết chánh tả đúng/sai... Sau nầy khi có dịp về Việt Nam, tôi ghé thăm cô vài ba lần ở cư xá ở phía sau trường Petrus Ký và cô rất cảm động khi nghe học trò cũ nhắc tới lời nhấn mạnh của cô ngày xưa. Cô Sâm có một bài về Thúy Vân mà nhiều sách về truyện Kiều đều đã đăng như là một bài độc đáo của một người nữ nhìn về thái độ sống của một nhơn vật nữ rất lu mờ trong truyện Kiều, đã sống trong cảnh lấy chồng hờ chờ ngày trả lại cho chị mình.

Thầy Trần Huệ dạy chúng tôi môn Vạn Vật, tôi mang ơn thầy ở cách đối xử thân mật mềm mỏng với học trò. Có lần một bạn cùng lớp 'đánh bùa' trong kỳ thi Lục Cá Nguyệt thầy nhẹ nhàng thâu bài của anh ấy, không la lối mắng mỏ gì, chỉ kêu anh ấy ngồi không chừng 20 phút rồi cho bắt đầu làm bài bằng tờ giấy mới. Cách đối xử nầy không làm mất tư cách và khiến 'phạm nhơn' phải hổ thẹn. Sau nầy cả trăm lần gát thi ở nhiều địa phương, gặp nhiều trường hợp khó xử tôi đã lướt qua được vì sự mềm mỏng nhẹ nhàng đã học được từ thầy Trần Huệ. Bây giờ thầy đã trên chín chục và đang sống những ngày thảnh thơi cuối đời ở San Jose, CA xứ Mỹ...

Bà/cô Lâm thị Dung (dạy Sử Địa) mà sự nghiêm nghị của bà làm cho học trò cả lớp xanh mặt mỗi khi bà đưa cây viết dò theo sổ điểm danh để kêu họ trò lên trả bài. Bà nhắc tới nhắc lui rằng chỉ con sông trên bản đồ thì chỉ từ nguồn của nó ra tới biển thay vì chỉ từ biển trở vô. Quan trọng là cái nguồn của sông. Tôi chỉ còn nhớ bao nhiêu đó về bà. Nghe đâu như bà sau 75 sống và qua đời ở Canada.

Có một điều trao truyền đáng nhớ ơn nữa từ thầy nào mà tôi đã quên nghe được từ mấy chục thầy đã cho tôi kiến thức để thành người. Ông thầy đó kể chuyện rằng có một người lính Nhựt Bổn bị quân Pháp bắt và kết án tử hình. Ở trong tù chờ ngày bị xử án anh ta luôn đọc sách, cho tới lúc đoàn người thi hành án vô xà lim để dẫn ra pháp trường cũng thấy anh ta chúi đầu vô sách. Câu nói của ông thầy đó còn đọng lại trong đầu tôi: Những giây phút đọc sách là những khoảnh khắc quí giá của đời chúng ta. Phải tự mình tìm thời gian để mà đọc sách...

Còn nhiều điều tôi đã học được từ các thầy nầy nọ như thầy Trần Thượng Thủ (dạy môn Hóa Học, tôi không hân hạnh được thọ giáo với thầy, nhưng nghe anh tôi nói lại), thầy Phạm Văn Thới dạy Pháp Văn, thầy Ưng Thiều dạy Việt Văn, thầy Thẩm Túc (dạy Pháp Văn), thầy Lê Xuân Khoa (dạy Việt văn nhưng tôi không có học với thầy ở trường Petrus Ký mà học với thầy môn

Triết học Ấn Độ ở trường Đại Học Văn Khoa Sài gòn sau nầy, hiện thầy Khoa còn sống ở miền Nam CA, tuổi cũng đâu tròm trèm một thế kỷ, thầy Nguyễn Thạch (dạy Toán), thầy Nguyễn Hửu Kế (dạy Toán)... xin được kể lại trong một dịp khác ...

Mỗi người thầy/cô cho chúng ta những lời dạy dỗ như những muỗng đường thêm vô tách cà phê cuộc đời ta. Ly cà phê có ngon, ta có thích hay không tùy theo khẩu vị tiếp cận của mỗi người nhưng những muỗng đường đó chắc chắn là có góp phần làm thay đổi hương vị ly cà phê cuộc đời của mỗi học sinh chúng ta... Và chúng ta có bổn phận phải nhớ ơn các thầy đã cho những lời dạy dỗ có lợi để làm hành trang trong đời.

Những điều nho nhỏ mà tôi kêu là bí kíp trên chẳng khác nào bùa thần của tôn sư trao cho họ học trò Vân Tiên trước khi anh chàng xuống núi đi thi. Thương lắm học trò mới cho bùa thần để hộ thân:

Rày con xuống chốn phong trần,

“Thầy cho hai đạo bùa thần đem theo.

“Chẳng may mà gặp lúc nghèo,

“Xuống sông cũng vững, lên đèo cũng an...

Xưa Vân Tiên đi thi thì đậu Trạng Nguyên, Tiến Sĩ, còn học trò ngày nay thì bước vào đời thực tế từ những tiếp nhận nho nhỏ mà mình tùy theo cơ duyên thủ đắc từ các thầy qua muôn ngàn lời giảng hay cách sống, cách xử thế của những vị nầy để dùng cho mình bước qua những bất trắc cuộc đời.

NGUYỄN VĂN SÂM

Victorville, CA. Tháng 07, 2024

Nguyễn Văn Sâm (Nguyên học sinh LPK niên khóa 1954-1957)

Bài viết riêng cho Đặc san Petrus Ký Truyền Thừa 2024, Nam CA -nhưng không gởi, mà gởi một bài về một tác phẩm của ông Petrus Ký.

ĐỨC PHỔ

HOÀI NIỆM XUÂN QUÊ

Xuân về lay mộng giấc xưa
Còn đâu tiếng pháo giao thừa ran râm.
Đã đời chưa. Những phù trầm
Con tim vết xước dấu bầm còn nguyên!

Bên trời cánh én chao nghiêng
Âm vang trừ tịch réo lên nỗi nhà!
Năm mươi năm. Mấy can qua
Bể dâu sông núi. Phù sa nghẹn lời!

Mới lòng. Cũ chuyện phai phôi
Nghinh xuân bừng nở nụ cười thăng thiên!
Mong cầu quê mẹ an yên
Gái trai duyên thắm bên triền nắng reo…

GẦN, XA…

từ cơn chấn địa vãng tồn
ngục tâm cửa mở sóng cồn lại qua.
em từ gần gũi bỗng xa
bàn tay thôi chải tóc mà mượt thơm…

TRẮNG, ĐEN…

anh về quê ghé lưng cồn
cỏ xanh xưa đã chẳng còn xanh xưa.
đường quê tránh trắng đêm mưa
bước chân đêm tạnh nhớ chừa lũng đen. (*)

ĐỨC PHỔ

(*) ghi chú: lời dân gian, xưa, đi đêm trong đường làng quê: "mưa tránh trắng, nắng tránh đen" Nghĩa nôm na: nếu trời mưa dẫm lên chỗ trắng hoặc trời nắng dẫm lên chỗ đen đều phải dẫm lên vũng nước đọng…

TRÚC LAN *(Nguyễn Kiến Thiết)*

TÔI GHÉT HÀNG RÀO

Đây là bài thơ "Tôi ghét hàng rào" phỏng dịch từ bài thơ "Je hais les haies" của Raymond Devos (1922-2006) nhân kỷ niệm 30 năm bức tường Bá Linh sụp đổ.

JE HAIS LES HAIES **TÔI GHÉT HÀNG RÀO**
Raymond Devos **Trúc Lan phỏng dịch**

Je hais les haies Tôi ghét hàng rào
Qui sont des murs. Như những tường cao
Je hais les haies Tôi ghét hàng rào
Et les mûriers Và cả bờ dâu
Qui font la haie Tạo nên hàng rào
Le long des murs. Chạy dọc tường cao
Je hais les haies Tôi ghét rào dài
Qui sont des houx Toàn bằng cây gai
Je hais les haies Tôi ghét hàng rào
Qu'elles soient de mûres Toàn cây trái dâu
Qu'elles soient de houx! Hay bằng cây gai
Je hais les murs Tôi ghét tường cao
Qu'ils soient en dur Dẫu tường cứng chắc
Qu'ils soient en mou! Hay là mềm dai
Je hais les haies Tôi ghét rào dài
Qui nous emmurent. Giam hãm ta mãi
Je hais les murs Tôi ghét tường dài
Qui sont en nous. Ngăn cách ta hoài.

TRÚC LAN

-

NGUYỄN KIẾN THIẾT

NHỮNG MẢNH VỤN VĂN HỌC - KỲ I

Lời người viết:

Đây là **Phần đầu** trích trong tập sách biên khảo văn học tựa đề *Những Mảnh Vụn Văn Học* do nhà Văn Học Mới Hoa Kỳ xuất bản vào mùa Xuân năm 2025. Theo như tên gọi của nó, phần nầy chỉ *tóm tắt, trích lược* những bài viết trong **Phần trọng tâm** của cuốn sách. Mục đích của chúng tôi là nhằm dẫn dắt người đọc có cái nhìn sơ khởi, bao quát trước khi có thời gian đọc Nội dung quyển sách. Đây là công việc *góp nhặt, sưu tầm* và *giới thiệu, phổ biến* một số bài viết, "những mảnh vụn văn học" của chính mình cũng như của một vài tác giả khác, về một số vấn đề văn hóa, văn học mà người viết lấy làm tâm đắc. Đây cũng là những "văn bản" cũng như hồi ức của một số tác giả về một số đề tài ít người biết, hoặc đã biết nhưng chưa tường tận hay bị hiểu sai lệch, đã thôi thúc chúng tôi phải giới thiệu; đôi khi cần phải bổ sung, đính chánh những sơ sót trong khả năng, kiến thức hạn hẹp của mình. "Những mảnh vụn văn học" được thể hiện qua tình nghĩa thầy trò, duyên văn nghệ, tình bạn; hoặc mấy "Vụ án đạo văn", vài trường hợp "In lậu sách", những "Nhà văn hóa bị bỏ quên", kể cả hình ảnh và thủ bút của một số tác gia nổi danh. Chúng còn là những nhận định, đánh giá một cuốn sách, hay các thú chơi tao nhã của người xưa – cũng như thời nay, như Thú chơi Xướng-Họa, Thú chơi Câu Đối góp phần làm phong phú quyển sách. Đặc biệt trong bài *Vài Suy Nghĩ Về Câu Đối Xuân,* chúng tôi đã lượm lặt được một ít mảnh vụn nho nhỏ về văn học. Đành rằng hễ "trung ngôn" thường hay "nghịch nhĩ", dễ gây ngộ nhận, bất đồng, nhưng chúng tôi vẫn muốn nói, vẫn phải nói, *nói thẳng nói thật* để tìm ra chân lý. Khi bàn về văn chương bình dân, ngoài ca dao tục ngữ ba miền đất nước, người viết còn bổ sung ca dao Nam Kỳ Lục Tỉnh. Đây là vốn tư liệu do chúng tôi tra cứu trong sách báo, qua việc tiếp xúc với các nhà nghiên cứu văn hóa khi soạn Luận án Cao học Văn chương, lúc giảng dạy về Ca Dao Miền Nam cũng như sưu tầm được "Lời ăn tiếng nói của dân gian" trong những chuyến đi "điền dã" ở các tỉnh miền Tây mà người viết lãnh trách nhiệm Phó ban chỉ đạo Công trình "*Nghiên Cứu Văn Hóa Dân Gian Đồng Bằng Sông Cửu Long*" tại Đại học Cần Thơ. Ngoài vài bài viết còn "nóng hổi", hầu hết đều là những văn bản của chính tác giả cùng một số văn thi hữu được trích đăng từ các sách báo xuất bản ở trong nước và hải ngoại, trước và sau năm 1975. Đó là các tạp chí: *Nghiên Cứu Văn Học, Văn Nghệ, Thời Báo, Nắng Mới, Đồng Nai-Cửu Long, Ngôn Ngữ, Văn Học Mới, Sài Gòn Nhỏ, Tân Văn, Quốc Gia, Nghệ Thuật, Hội Giáo Chức Québec, Hội Ái Hữu Gia Long, Hội Nguyễn Đình Chiểu, SaiGon Times...*; cũng như ba đầu sách của chúng tôi: *Tánh Cách Đặc Thù Của Ca Dao Miền Nam (1972), Nguyễn Đăng Gia Phả (2021), Những Trang Văn Đời Tôi (2021)*, v.v... Chúng tôi cũng đăng lại (có bổ sung) hai bài đã giới thiệu trong sách *Những Trang Văn Đời Tôi* về "Dạ cổ hoài lang" và "Kỷ niệm buồn vui nghề báo" ngõ hầu góp thêm một số "mảnh vụn văn học".

Mục đích của chúng tôi là *cung cấp* một số *tư liệu* cho những ai hằng lưu tâm đến văn hóa, văn học – đặc biệt cho các nhà viết văn học sử. Chúng tôi chỉ *sưu tầm, giới thiệu* "những mảnh vụn văn học" có thể "thấy được những chỗ người khác chưa thấy" mà không đặt nặng việc *phân tích, tổng hợp, nhận định, san định* hay *hiệu đính* văn bản như các nhà viết văn học sử vẫn thường làm (chẳng hạn quyển *Mảnh Vụn Văn Học Sử* của Bằng Giang, nhà xuất bản Chân Lưu, 1974). Với cái tánh cầu toàn "nói có sách", người viết phải mất nhiều thời gian tra cứu tài liệu để "mách có chứng" trong việc bổ sung, đính chánh và chú thích nên vô tình làm vướng mắt người đọc. Ước mong quý độc giả dung tình!

Bài nầy được đăng làm **6** kỳ vì số trang báo có hạn. Xin lần lượt giới thiệu với bạn đọc.

I.- Giáo Sư Thanh Lãng - Thầy Tôi

Sau tháng tư năm ấy, Thầy "được cám ơn để về vườn, từ giã ngôi trường vì lý do không thể để tôn giáo trong Đại học". Người ta gọi Thầy bằng "anh". Họ không muốn gọi Thầy là "Cha", là "Giáo sư", hay gì gì đi nữa. Có lúc Thầy đi làm tàu hủ ở một Hợp tác xã trong Ngã tư Bảy Hiền. Thầy xin chuyển ngành sang địa hạt ngôn ngữ, ít ra cũng còn hít thở không khí văn chương chữ nghĩa, có thể được đọc, được viết, để cảm thấy đời mình chưa đến nỗi bỏ đi.

Những năm tháng cuối đời, Thầy chìm ngập trong nỗi chán chường, thất vọng, bao nỗi đắng cay dày vò, có lúc không còn muốn sống. Thầy buồn chán đến nỗi bỏ hết sách vở, kêu ve chai bán ký lô (theo GS Nguyễn Văn Trung). Thầy "bế môn" không muốn giao tiếp với văn giới, học giới - kể cả đám môn sinh thân yêu của mình. Thầy trút hơi thở cuối cùng tại Sài Gòn ngày 17/12/1988 bởi cơn đau bụng vật vã. Theo Nguyễn Văn Lục, GS Thanh Lãng mất năm 1988 sau khi đi "làm việc" ở Phường về. Nhưng GS Nguyễn Văn Trung đã khẳng định: *"Thanh Lãng tạ thế ngày 17/12/1988,* ***sau một tháng lâm trọng bệnh****"*. Thiết nghĩ tư liệu của GS Nguyễn Văn Trung đáng tin cậy hơn. Tang lễ của Thầy được cử hành tại nhà thờ họ đạo Chí Hòa (Tân Bình) và an táng tại nghĩa trang họ đạo Fatima (Bình Triệu). Lúc bấy giờ tôi và gia đình đang ở trại tỵ nạn Pulau Bidong nên không biết được tin nầy. Sau khi định cư ở Montréal vào tháng 3/1989 mới nhận được tin dữ nầy qua một bài báo do GS Phạm Việt Tuyền viết từ Pháp.

Bây giờ Giáo sư Thanh Lãng đã ra đi. Người đã đi rồi, đi thật xa. Thời gian thấm thoát trôi nhanh như giấc mộng. Mới đó mà đã 35 năm. Thầy đã để lại một sự nghiệp giáo dục, văn hóa vô cùng lớn lao đồ sộ - trong đó có một mảng về tôn giáo. Không chỉ dùng lý thuyết suông, Thầy còn dấn thân, nhập cuộc. Nhưng lực bất tòng tâm, Thầy hoàn toàn là người thua cuộc - cụ thể từ sau 1975, bị bỏ rơi và chết trong cô đơn, buồn tủi...

Giờ đây tôi chỉ biết thắp nén hương lòng để tưởng nhớ đến vị ân sư đã về miền tiên cảnh - người thầy đã chắp cho tôi đôi cánh để bay cao, bay xa về phía chân trời mơ ước.

II.- Vụ án "Đạo văn" của LM Thanh Lãng

Sự việc nầy khiến ông nổi giận vì có một bọn ăn cắp tài liệu của mình, cho in và bày bán công khai. Chính Thanh Lãng đã viết trong *Nghiên Cứu Văn Học: "Chính tôi đây đang là nạn nhân của một vụ cướp. Bộ Lịch sử Phê Bình Văn Học Việt Nam thế hệ 1932-1945 của tôi gồm 17 tập, quay ronéo cho sinh viên chứng chỉ Văn Chương Việt Nam Đại Học Văn Khoa Saigòn học, niên khóa 1966. Hai đấng văn hóa Nguyễn Tấn Long và Phan Canh, đã lấy hẳn 500 trang đầu của tập một trong 17 tập, đem in thành sách, để tên hai đấng văn hóa Nguyễn Tấn Long và Phan Canh, rồi đặt tên sách là "Khuynh Hướng Thi Ca Tiền Chiến", xuất bản năm 1969..."* (Thanh Lãng: *"Chỗ đứng của người làm văn hóa trong xã hội Việt Nam". Nghiên Cứu* Văn Học, bộ mới, số 11&12, tháng 1&2 /1972, tr.66). Thật ra LM Thanh Lãng "nổi giận" cũng có lý do chánh đáng. Theo Nguyễn Văn Lục, để hoàn thành tác phẩm của mình, Linh mục đã miệt mài sưu tầm tài liệu suốt 15 năm trời, ban đầu từ 1961 trang, rồi cứ thế tăng lên 2.668 trang và cuối cùng là 5.442 trang nhằm giúp sinh viên khỏi mất công đi truy tìm tài liệu, tránh lối "học chay". Nghĩa là ông đã tốn nhiều công sức, thời gian và tiền bạc để thực hiện công trình nầy. Chẳng hạn tài liệu về báo *Loa*, ông phải mua với giá 70.000 đồng (lương một người lính vào thời đó chừng hơn 1000 đồng). Tờ báo *Phong Hóa*, chỉ còn hai ấn bản, Thanh Lãng đã phải mua một bản với giá 250.000 đồng (một số tiền khá lớn thời bấy giờ). Chưa kể một khoản tiền không nhỏ, như trả công mướn vài ba người đánh máy cũng như trích tuyển 13 tờ báo: *An Nam Tạp Chí, Phụ Nữ Tân Văn, Văn Học, Phong Hóa, Ngày Nay, Tiểu Thuyết Thứ Bảy, Loa, Ích Hữu, Hà Nội Báo, Tao Đàn, Tin Mới, Tri Tân*, v.v… Chưa kể không biết bao công khó để hoàn thành tác phẩm như thu tập tài liệu, phân loại, đánh giá, ghi nhận phê bình từng tờ báo. Đây là một công việc làm đồ sộ đòi hỏi nhiều công sức làm việc kiên trì trong nhiều năm trời. Vậy mà bị bọn đạo văn đánh cắp tài liệu, xào xáo lại rồi công khai in lại, còn quảng cáo trên báo sẽ xuất bản. Hầu như họ không đếm xỉa gì đến dư luận cũng như đến pháp luật (Nguồn: www.art2all.net và DCV Online.net).

Tưởng cũng nên biết về Nguyễn Tấn Long, Giám đốc nhà xuất bản Sống Mới hiện có một hệ thống phát hành quy mô trên toàn quốc thời bấy giờ. Thế lực kim tiền của Sống Mới quá mạnh đến nỗi các ông Toan Ánh và Khai Trí [Nguyễn Hùng Trương] khuyên LM Thanh Lãng "*thôi đi vì kiện họ không nổi đâu và còn nguy hiểm... là khác nữa*" (*Bách Khoa* số 377, ngày 14/9/1972 tr.12). Tòa Sơ thẩm (Tòa dưới) đã xử hai ông "đạo văn" phải đền LM Thanh Lãng "*1 đồng bạc danh dự*". Nhưng hai ông "đạo chích" có chịu đền hay không, và có "chống án lên tòa trên" hay không, xin để "hạ hồi phân giải". Nghe nói về sau LM Thanh Lãng vô cùng chán nản, phần vì không đủ tiền trả luật sư nên đành bỏ cuộc! Nhìn chung, qua vụ án "đạo văn" nầy, các ông "đạo văn" Nguyễn Tấn Long – Phan Canh đã thắng lớn về *lợi* và *danh*. Với hệ thống phát hành sách quy mô trên toàn quốc của nhà xuất bản Sống Mới, các ông "đạo chích" đã chia nhau một số tiền khá lớn bởi sách bán chạy như tôm tươi. Sách đạo văn của họ "*được bày ở thư viện Quốc Gia, tên* [của họ] *được ghi vào niên giám văn nghệ sĩ Việt Nam*". Mặt khác các đấng văn hóa nầy còn được xếp vào hàng ngũ "nhà viết văn học sử", cùng một chiếu với LM Thanh Lãng trong một Luận án Tiến sĩ (Trần Thị Mỹ Hiền: *"Kiều Thanh Quế trong đời sống nghiên cứu, lý luận, phê bình văn học Việt Nam nửa đầu thế kỷ XX"*. Luận án Tiến sĩ Lý luận Văn học, Trường Đại học Khoa học Xã hội và Nhân văn, TP Hồ Chí Minh, 2023. Luận án nầy đã xếp Nguyễn Tấn Long – Phan Canh là "nhà viết văn học sử" với tác phẩm "đạo văn": *Khuynh hướng thi ca tiền chiến – Một biến cố văn học thế hệ 1932-1945 [1968]).*

III.- Thanh Lãng - nhà văn hoá bị quên lãng

Như đã phân tích ở trên, Thanh Lãng, một nhà giáo tận tâm, yêu nghề, một nhà nghiên cứu-phê bình văn học có tầm cỡ với nhiều tác phẩm đã xuất bản cũng như chưa xuất bản dưới mọi hình thức; đồng thời ông cũng là một người thiết tha với báo chí, là nạn nhân của mấy vụ "đạo văn"... Chẳng hạn việc **Thanh Lãng bị đạo văn. Sự việc nầy khiến ông** nổi giận vì có một bọn ăn cắp tài liệu của mình và cho in công khai. Chính Thanh Lãng đã viết: "*Đó là quý ông Nguyễn Tấn Long, Nguyễn Hữu Trọng và Phan Canh đã công khai ăn cắp tài liệu giảng khóa, in ronéo dành cho các sinh viên Văn khoa hai chương đầu, tập 1A của Bộ Phê Bình Văn Học, Thế Hệ 1932 gồm 17 tập đem xuất bản thành sách với nhan đề mới: "Việt Nam thi nhân tiền chiến, Quyển Thượng"... Thấy làm ăn trót lọt, năm sau, năm 1969 Nguyễn Tấn Long và Phan Canh lại tiếp tục ăn cắp thêm hẳn hai chương của tập 1A và tập 1B của Bộ Lịch sử văn học Thế hệ 1932 gồm 17 tập đem in thành sách lấy tên mới: Khuynh hướng thi ca tiền chiến, nhà Sống Mới xuất bản*"*(2)*. Ông đến gặp Nghị sĩ Nguyễn Văn Chức và Thẩm phán Tối cao Pháp viện Trần Văn Linh kể lại câu chuyện đạo văn để nhờ đưa nội vụ ra tòa. Cuối cùng bị tòa án xử "chìm xuồng". Vụ án "đạo văn" đã đi vào quên lãng (Xin xem bài "*Về Vụ án Đạo văn của LM Thanh Lãng*" đăng trong tập sách nầy). Từ sau tháng tư năm 1975, nhà văn hóa Thanh Lãng hầu như đã bị bỏ quên. Người ta quên **đóng góp lớn nhứt** cho nghiên cứu văn học Việt Nam của Thanh Lãng là ***phương pháp thế hệ***. Ông định nghĩa "thế hệ" là: "*Một thời gian vắn nào đấy (thường là không quá mấy chục năm) đã được quy định nên do những kiện lịch sử, xã hội, chính trị khiến cho khoảng thời gian ấy được coi như là một hướng rẽ, một đường quặt sánh với cái thời gian đi trước nó, và đồng thời từ đấy là trường sở hoạt động và xuất hiện: của những đường lối sống giống nhau, chung; của những đường lối tư tưởng chung, của những đường lối tình cảm chung, của những nghệ thuật chung*" (*). Người ta cũng quên Thanh Lãng là người **có công không nhỏ** trong việc áp dụng ***phương pháp tư liệu***, *tư tưởng tư liệu*. Chính Đỗ Lai Thúy đã nhận định: "*Thanh Lãng đã có một số những ý tưởng độc sáng đến nay còn gợi ra nhiều ngẫm nghĩ (hoặc ít ra đối với tôi). Trước hết, tôi muốn nói đến tư tưởng tư liệu. Tư liệu với nhà phê bình cũng quan trọng như vậy, thậm chí còn hơn (...). Những công trình tư liệu thường sống lâu hơn những công trình chỉ có* *luận điểm chay: Mọi luận điểm sẽ qua đi nhưng tư liệu thì còn lại. Cũng nhờ tư liệu mà Thanh Lãng có cái nhìn mới với một vài giai đoạn văn học. Trước hết là "văn học Thiên chúa giáo". Trước đây chúng ta thường nghĩ văn học Việt Nam có văn học Nho giáo (điều quá hiển nhiên), văn học Phật giáo (một số người còn nghi ngờ!), nhưng văn học Thiên chúa giáo thì nhất quyết không có. Nhưng Thanh Lãng đã làm thay đổi suy nghĩ của chúng ta*" (Thanh Lãng, từ tư liệu đến cách phân kỳ văn học). Có thể nói Thanh Lãng cùng Nguyễn Văn Trung là những người *đi đầu* trong tác phong nghiên cứu coi trọng tự liệu.

Cho tới nay, giới nghiên cứu văn học ở trong nước cũng như tại hải ngoại khi đánh giá những đóng góp của Thanh Lãng cho văn học Việt Nam vẫn chưa có sự đồng thuận, người khen ngợi, kẻ chê bai. Ngay cả việc Hội Nghiên Cứu Văn Học TP/HCM xuất bản cuốn "*13 Năm Tranh Luận Văn Học*" của ông (3 tập, 1995) vẫn "chưa trung thực" trong phần trích dẫn tư liệu và bình luận của nhà nghiên cứu văn học Thanh Lãng. Nguyễn Văn Lục đã thuật lại một số chi tiết: "*Tuy cho xuất bản với tên sách là "13 năm tranh luận Văn Học", gồm ba tập, khoảng 1600 trang. Nội dung 1600 trang này chỉ trích dẫn phần tài liệu của Thanh Lãng và không cho in hơn 1000 trang phần bình luận của cá nhân Thanh Lãng viết. Lần đầu tiên, tôi đọc một tập sách nghiên cứu văn học, tên của tác giả thì có, nhưng lại không có một chữ nào của tác giả trong suốt 1600 trang giấy được in ra*" (Thanh Lãng, nhà văn hoá bị bỏ quên. DCV Online.net). Ngoài ra, một số người Việt làm văn hóa ở hải ngoại vốn mang nặng tinh thần bè phái vẫn còn đối xử "bất công" với nhà văn hóa Thanh Lãng. Riêng Nguyễn Văn Lục đã thú nhận: "*Đối với cá nhân tôi, dù không học ông một ngày nhưng nợ ông nhiều. Nhờ Thanh Lãng, tôi nắm bắt được các xu hướng phê bình, tranh luận văn học từ 1932...*" (DCV Online.net).

(1) Thanh Lãng: *Phê bình Văn học thế hệ 1932*. Phong Trào Văn Hóa Sài Gòn xuất bản, 1972. Chương mở đầu: Tại sao xuất bản.
(2) Thanh Lãng: sách đã dẫn,Tập 1. Phong Trào Văn Hóa Sài Gòn xb, 1972, tr.98.

IV.- Về cái chết của LM Thanh Lãng.

Tôi xin xác nhận **GS Thanh Lãng mất ngày 17/12/1988** tại Sài Gòn để đính chánh những sai lầm của các trang mạng xã hội và của một số tác giả. Chẳng hạn Bách khoa toàn thư mở *Wikipedia* ghi:

"Thanh Lãng (1924-1978)...". Theo Trần Hải Yến, *Tự điển văn học* (bộ mới), nhà xuất bản Thế Giới, 2004, tr.1633-1634. Website *Tri thức Việt* ghi ông mất 1900? Viên Linh cũng ghi [sai]: "*GS lâm trọng bệnh và qua đời tại Sàigòn ngày 17/12/1978*", Nguyễn Văn Lục qua bài viết "*Thanh Lãng, nhà văn hóa bị bỏ quên*" đăng trong DCV Online.net đã ghi: "*GS Thanh Lãng (1924-**1998**)*". Tôi nghĩ ông ghi sai năm 1998 (thay vì 1988), v.v... Không như cái chết "thật đẹp" của thi sĩ Đông Hồ trên bục giảng, cái chết của LM Thanh Lãng cũng gây nhiều "ngộ nhận". Theo Nguyễn Văn Lục, cái chết của Thanh Lãng, có dư luận nghi ngờ vì có sự ám toán mờ ám. Thanh Lãng có viết gởi nhà nước một thư ngỏ để bênh vực quan điểm của giáo hội về việc phong thánh (...). Có một số SV Văn Khoa đến xin được gởi bức thư ra hải ngoại để được phổ biến rộng rãi. Ông đã tiếp họ trong trạng thái bình thường và vui vẻ. Thế rồi ***Công an quận Tân Bình mời lên gặp và qua ngày hôm sau, ông bị trúng gió và qua đời*** trong sự bán tin bán nghi của nhiều người. Nhưng GS Nguyễn Văn Trung đã khẳng định: "*Thanh Lãng tạ thế ngày 17/12/1988, **sau một tháng lâm trọng bệnh***". Riêng Lê Hữu Mục lại cho rằng: "*Nghe nói sau này khi tỉnh ngộ, ông* [Thanh Lãng] *tỏ ý chống đối* [chánh quyền] *và **bị họ đánh thuốc độc chết***"? (Hội Văn Hóa Việt Phỏng Vấn GS Lê Hữu Mục, 08 June 2003). Thiết nghĩ, tư liệu của GS Nguyễn Văn Trung đáng tin cậy hơn.

V.- Chuyện "In lậu sách" của Nguyễn Kiến Thiết

Theo Công ước Berne, sách sẽ hết thời hạn bảo hộ quyền tác giả sau 50 năm hoặc 70 năm (tùy theo quy định cụ thể của từng quốc gia) kể từ ngày tác giả mất. Chính tôi đây cũng là nạn nhân của một vụ in lậu sách. Đó là quyển Luận án Cao học Văn chương *Tánh Cách Đặc Thù Của Ca Dao Miền Nam* in năm 1972 của tôi. Trước khi ra Hội đồng thi, tôi nộp mấy cuốn cho giáo sư bảo trợ, cho nhị vị giáo sư giám khảo và Đại học Văn Khoa Sài Gòn. Sau khi tốt nghiệp, tôi mang sách đến biếu tại các thư viện như: Thư Viện Quốc Gia, Thư viện các trường Đại học (Văn Khoa Sài Gòn, Văn Khoa Cần Thơ) cũng như các thầy học, người ơn, người thân và bè bạn tâm giao. Đây là một hình thức "cầu chứng". Đề tài nầy còn mới mẻ, tư liệu hiếm hoi nên ít người khai thác. Với tình-yêu-say-sưa-văn-chương-bình-dân, giáo sư Thanh Lãng đã nhận bảo trợ nhiều sinh viên soạn Cao học về văn chương bình dân như Ca dao miền Bắc, miền Trung (Hò Huế). Tôi là người *duy nhứt*, *đầu tiên* và cũng là người *cuối cùng* soạn về Ca dao miền Nam tại Đại học Văn Khoa Sài Gòn. Trước năm 1975, tôi đã chỉnh sửa, bổ sung quyển sách và sẵn sàng hợp tác với một số nhà xuất bản trong việc in ấn, phát hành sách. Tháng Tư năm ấy ập đến đã chôn vùi mọi ước mơ toan tính của tôi. Bản thảo duy nhứt đã bị thất lạc trong chuyến vượt biển không thành công vào tháng 7/1987. Thời gian lạnh lùng trôi qua. Thấm thoắt mà đã trên 50 năm. Sau khi định cư ở xứ người, mải mê vật lộn với cơm áo gạo tiền nơi đất khách, tôi vẫn chưa thực hiện được giấc mộng nhỏ bé của mình. Vào năm 2018, trong một chuyến về Việt Nam thăm quê hương, tôi phát hiện cuốn sách của mình đã bị in lậu. Chính em tôi – nhà văn nhà báo Nguyễn Trọng Dũng, đã cung cấp thông tin và "mua" tặng tôi một cuốn. Tôi không rõ "nhà in lậu sách" đã in bao nhiêu cuốn và bán với giá nào, chắc là không rẻ vì đây là tư liệu hiếm quý. Điều đáng ghi nhận, từ sau năm 1975, mảnh đất mầu mỡ văn học miền Nam đã thu hút các nhà nghiên cứu văn hóa dân gian "tại chỗ" hoặc từ miền Bắc vào, tập trung khai thác. Họ tìm tòi, lục lạo trong các thư viện và tủ sách tư nhân may ra "bắt" được sách báo, tư liệu quý hiếm thoát nạn "phần thư" cho công trình nghiên cứu của mình. Dĩ nhiên họ rất "thèm" quyển *Tánh Cách Đặc Thù Của Ca Dao Miền Nam* của tôi còn được lưu trữ trong thư viện Đại học Văn Khoa Sài Gòn hoặc rải rác đâu đó trong các Tủ sách Gia đình của những người yêu sách. Chẳng hạn Huỳnh Ngọc Trảng trong *Vè Miền Nam,* Nguyễn Thị Thanh Xuân – Nguyễn Khuê – Trần Khuê trong *Sài Gòn – Gia Định Qua Thơ Văn Xưa.* Người anh họ tôi kể có một cán bộ miền Bắc tới nài nỉ mua với giá khá cao quyển Luận án mà tôi đã tặng anh năm 1972. Vì cần một số tiền để chạy/lo thủ tục xuất cảnh sang Hoa Kỳ diện H.O., anh đành phải bán đi cuốn sách kỷ niệm ấy. Một số đại học ở miền Nam – đặc biệt Đại học Cần Thơ, đã thực hiện ròng rã trong thời gian dài để đưa nhiều đợt sinh viên Khoa Ngữ Văn đi "điền dã" sưu tầm văn học dân gian tại các tỉnh Đồng bằng sông Cửu Long mà tôi lãnh trách nhiệm Phó ban Chỉ đạo Công trình nầy. Sau đó họ tập hợp tư liệu đã sưu tầm, đánh giá, xếp loại, thành lập Nhóm biên soạn, phân công người viết để xuất bản quyển *Văn Học Dân Gian Đồng Bằng Sông Cửu Long* (Khoa Ngữ Văn Đại Học Cần Thơ, nhà xuất bản Giáo Dục, 1997). Trở lại chuyện cuốn sách bị in lậu. Bản in lậu (BIL) dưới hình thức sao chụp lại giống 99% so với bản gốc (BG). Tôi phát hiện vài khác biệt như dưới đây:

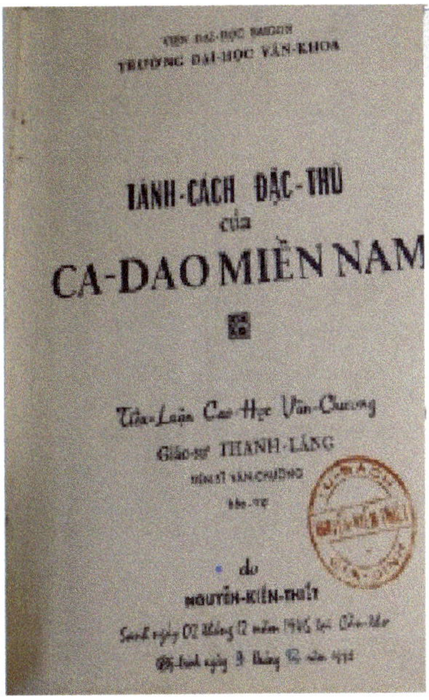

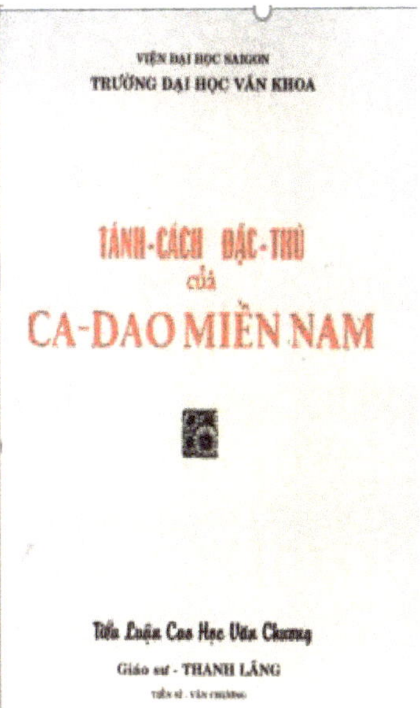

**Hình 1 (bên trái): Ảnh bìa Bản Gốc Luận án Cao học Văn chương do Nguyễn Kiến Thiết đệ trình ngày 09 tháng 12 năm 1972, có đóng dấu đỏ TỦ SÁCH GIA ĐÌNH – NGUYỄN KIẾN THIẾT.*

**Hình 2 (bên phải): Ảnh bìa Bản In Lậu TÁNH CÁCH ĐẶC THÙ của CA DAO MIỀN NAM. BIL không ghi năm xuất bản và tên tác giả Nguyễn Kiến Thiết được thay thế bởi Giáo sư Thanh Lãng (mục đích chào hàng, câu khách để "hốt bạc")...*

NGUYỄN KIẾN THIẾT

HOÀNG XUÂN SƠN
GHI VỘI MỘT CHUYẾN ĐI

Chuông rung rền giọng tơ vàng
Qua miền bạn hữu gọi lang thang mình
Gặp rồi một chỗ dung thân
Khua chan bóng nắng đẹp gần tri âm
Ngày vui từng nụ hương trầm
Rền thơm như nết chơn tâm vẫn là
Gặp từng mới cũ gần, xa
Thì đâu cũng đấy la ngà xương văn
Khúc sao tịnh giữa miên hằng
Ghi nhau đóm sáng miền khăn áo còn
Thơ đề một vạt sắt son
Gìn thơm thếp mộng vuông tròn ba sinh
Viết tên không chỉ riêng mình
Thức mây huyền nhiệm bình minh tỏ cùng.

)(

h o à n g x u â n s ơ n
sáng ngày 19 tháng hai, 24
[trở về phố Mộng. nhớ bằng hữu OC, SJ, Houston. Cầu an cho Phan Xuân Sinh]

HOÀNG XUÂN SƠN

M Ậ T X U Â N

Tháo khoán giùm ta một nỗi niềm
mươi năm chúi mũi khúc kỳ vọng
buổi sáng mưa chào rất trang nghiêm
chào ơi. một ngày cây đứng thẳng

Mật ở dưới đất. con chuột nhũi
con gấu nhồi bông trèo lên cao
trước ngõ sau nhà đêm dui dúi
giấu mặt vân nương, một cánh đào

Hồng, tuyết ai khoe người mặt đẹp
tuyết trắng tuyết trắng tuyết trắng kìn
cổ cao che chắn không nhìn được
áo xống lù lù một nín thinh

Mươi năm thèm nhìn qua khe mắt
một đóa lan xinh nhoẻn miệng cười
bao nhiêu thảo lữ trong rừng vắng
rụng hết qua mùa đông tả tơi

Ừ thôi cứ nhủ xuân gầy. muộn
như vóc mèo êm. dậy. thiết tha
ít ra trong nắng còn nghe được
một tiếng ru trưa thuở có nhà

)(

H o à n g X u â n S ơ n
tết mèo mới
4 tháng 2, 2011

HOÀNG DƯỢC THẢO

Ông Thành "Hiện Đại" vừa ra đi.

Những người không ở trong giới nhà văn, nhà báo, nhà xuất bản, nhà phát hành sách báo trước 1975 thì có thể không biết về ông Thành "Hiện Đại". Nhưng những giới này thì không ai là không biết về ông Thành "Hiện Đại", người vừa từ giã cõi đời cách đây 4 hôm tại Orange county, California. Nhưng ở hải ngoại thì không ai không biết Trung tâm Băng Nhạc Bích Thu Vân, trung tâm băng nhạc đầu tiên trong khu Phước Lộc Thọ là do ông Thành "Hiện Đại" thành lập sau khi định cư ở Hoa Kỳ, khiến cho tất cả trung tâm băng nhạc đều phải vào đây, biến nơi này thành trung tâm bán vàng, hột xoàn và thị trường băng nhạc không chỉ ở Hoa Kỳ mà còn trên toàn thế giới.

Nhưng ông Thành "Hiện Đại" là ai? Tên đầy đủ của ông là Nguyễn Văn Thành. Vì ông là người thành lập nhà phát hành "Hiện Đại" nên thường được gọi anh em văn giới gọi là ông Thành "Hiện Đại". Ông là người nắm "linh hồn" của rất nhiều nhà văn, nhà thơ, nhac sĩ, nhà xuất bản tại Saigon khoảng một thập niên trước khi thành phố này mất tên. Đây là một nhân vật vô cùng đặc biệt, một nhân vật lớn lên từ những vĩa hè của Saigon. Làm thế nào một cậu bé bán sách báo dạo trên đường phố trở thành người sở hữu một kho sách vĩ đại của miền Nam Việt Nam trước 1975. Dĩ nhiên là tất cả văn hóa phẩm "thành danh" đều đã thuộc về nhà Khai Trí, nhà Sống Mới "nên nhà phát hành Hiện Đại chỉ "lượm" được những gì rơi rớt hay "ngoài luồng" mà danh từ hoa mỹ hơn thì gọi là … Hiện Đại."

Ông Thành "Hiện Đại" khi còn là một thanh niên ngồi

giữa một sạp bán báo, sách ở lề đường Saigon.

Bài viết này ghi lại những điều tôi biết về nhà phát hành Hiện Đại trong khoảng thời gian từ 1968 đến năm 1975 kể từ khi tôi quen biết và thành hôn với ông Du Tử Lê. Đây cũng là thời gian lớn mạnh của phong trào sách dịch của miền Nam Việt Nam song song với phong trào in nhạc thành tuyển tập thay vì chỉ in thành một trang rời rạc như trước đây. Trước 1975, ông Du Tử Lê nổi tiếng về thơ nhưng chưa là người viết văn xuôi thành công. Năm 1968 khi chúng tôi quen nhau, ông Du tử Lê chỉ có một tác phẩm văn xuôi duy nhất là Năm Sắc Diện, 5 Định Mệnh viết về 5 Nhân vật của Văn Học Việt Nam: Đinh Hùng, Bùi Giáng, Tô Kiều Ngân, Thanh Tâm Tuyền và Thế Phong. Quyển sách chỉ có giá trị về tài liệu nhưng không có giá trị về phê bình văn học vì thế không gây được tiếng vang trong giới phê bình văn học, ngay cả tác giả cũng ít khi đề cập đến. Khi ông Du Tử Lê đến gặp ông Thành "Hiện Đại" nhờ phát hành một số truyện thiếu nhi đã viết và nhất là một tuyển tập truyện ngắn của ông thì ông Thành với cái nhìn của một nhà phát hành nghĩ rằng ông DTL nên in chung những truyện đầu tiên của mình với một người đã nổi tiếng về văn xuôi. Đó là lý do có Viên Đạn Bắn Vào Nhà Thục (1969 chung với nhà văn Thảo Trường), Chung Cuộc (1969) chung với nhà văn Mai Thảo) (1) Những năm tiếp theo, nhà phát hành Hiện Đại nhận phát hành một số truyện mà DTL viết feuilleton cho các báo ở Saigon như Mắt Thù, Ngửa Mặt, Vốn Liếng Một Đời, Qua Hình Bóng Khác dưới tên NXB Khai Phóng nhưng đều không thành công về thương mại.

Khi đó thì cả miền Nam như đang sôi sục với phong trào sách dịch. Tôi còn nhớ tuần nào, khi được đi cùng với DTL đến căn nhà đường Công Lý, tôi cũng có sách dịch mới về đọc. Chuông Gọi Hồn Ai, Một Thời Để Yêu, Một Thời Để Chết, Kiều Giang, Chiến Tranh và Hòa Bình, Anh Em nhà Karamazov, Ngàn Cánh Hạc, Khung Cửa Hẹp, Bác Sĩ Zhivago, Dưới Bóng Vạn Lý… Nhưng loại sách dịch Tây Phương này bán được nhưng không bán chạy. Lúc này, phong trào truyện Kim Dung đã qua, bây giờ là truyện Quỳnh Giao do ông Liêu Quốc Nhĩ dịch. Đi đâu cũng nghe Song Ngoại, Cơn Gió Thoảng, Cánh Hoa Chùm

Gửi…Cuốn sau cùng này bán sạch 7,000 quyển trong 2 tuần đầu tiên. Sau đó ông Thành cho biết 2 lần sau, mỗi lần in thêm 10,000 cũng hết sạch trong vòng 6 tháng. Đây là một kỷ lục trong ngành xuất bản của Việt Nam. Thế là, cả những nhà xuất bản "đình đám" như Lá Bối, An Tiêm cũng đều in truyện Quỳnh Dao. Vì thế có thêm hiện tượng "Quỳnh Dao giả" vì tựu chung tiểu thuyết nguyên bản Quỳnh Dao chỉ có trên 10 cuốn, không đủ cung ứng cho nhu cầu.

Ảnh hưởng của truyện Quỳnh Giao đã lan rộng ra giới cầm bút phụ nữ Việt Nam mà truyện "ngôn tình" của nữ sĩ Lệ Hằng coi như dẫn đầu. Thung Lũng Tình Yêu, Bản Tango cuối cùng… Lúc đó tôi đang học Dược, con gái trường Y-Nha-Dược thường khô khan vì chương trình học nặng nề nên tôi không nghe bạn bè cùng trường bàn luận về hiện tượng Quỳnh Dao hay Lệ Hằng. Nhưng khi đến "đại bản doanh" của nhà phát hành "Hiện Đại" ở khu Nancy bạn sẽ nhìn thấy sách của QD, Lệ Hằng ở khắp nơi từ sàn đến nóc nhà, tràn lan khắp ngõ, khắp những Kios bán sách báo khắp các nẻo đường Saigon. Tất cả nhà xuất bản nổi danh độc lập của Saigon lúc đó như Lá Bối, An Tiêm, Khai Phóng, tất cả tác giả cò con tự xuất bản sách … đều giao cho Hiện Đại phát hành. Bởi vì một lý do thật dễ hiểu: ông Thành nhận hết, nhận sách trước, giao tiền lại từ từ, sách bán chạy thì ông trả nhanh, sách bán chậm thì ông trả từ từ….

Tùy Bút Mai Thảo, Bìa Hồ Thành Đức

NXH Khai Phóng 1970, Hiện Đại Phát Hành

Tôi không biết vào lúc nào trong năm 1969 mà ông Thành "Hiện Đại" đưa ý kiến cho ông DTL làm xuất bản. Nhà xuất bản Khai Phóng cho văn xuôi, và Gìn Vàng, Giữ Ngọc cho nhạc, cho thơ. Những tuyển tập nhạc của Phạm Duy, Mười Bài Ngợi Ca Tình Yêu của nhạc sĩ Phạm Đình Chương, Tùy Bút Mai Thảo, những tuyển tập truyện ngắn của DTL viết chung với Mai Thảo, với Thảo Trường lần lượt ra đời trong thời gian này. Lúc đó chưa có computer, muốn "kẻ nhạc" phải cặm cụi dán từng nốt nhạc, từng chữ một. Nhưng đó lại là những thành công vượt bực, khởi đầu cho phong trào in nhạc thành tuyển tập của các nhạc sĩ trẻ thời đó như Vũ Thành An, Từ Công Phụng, Ngô Thụy Miên, Nguyễn Trung Can, Trường Kỳ, Kỳ Phát, Ca Khúc Da Vàng, … Công việc xuất bản với sự giúp đỡ phát hành của ông Thành "Hiện Đại" đã giúp cho ông Du Tử Lê có tiền rong chơi suốt ngày ở nhà hàng La Pagode.

Lui tới nơi nhà phát hành Hiện Đại, bạn có thể gặp đủ gương mặt "sừng sỏ" nhất của văn nghệ và báo chí của miền nam đang chờ tiền từ ông "lái sách" Thành "Hiện Đại". Ông thường ngồi chễm chệ trên những đống sách mới giao đưa tiền sách cho người đã hẹn và cũng như bàn luận về sách sẽ in. Không văn phòng, không có thư ký, chỉ có một quyển sổ tay nhét sau túi quần. Từ những ông sĩ quan cầm quân ở địa đầu giới tuyến đến ông linh mục phản chiến tố cáo chính quyền tham nhũng, giáo sư triết học Công Giáo, sư thầy Ấn Quang, đụng nhau trong cái hẻm này nhưng vẫn phải làm lơ như không hề thấy nhau vì tất cả đều nhờ ông Thành "Hiện Đại" phát hành văn hóa phẩm của mình.

Đây là một người có một trí nhớ siêu việt và cực kỳ thông minh. Ông nắm bắt thị hiếu của quần chúng vô cùng chính xác. Ông không được học hành nhiều, không có vốn ngoại ngữ nhưng vì suốt ngày ở ngoài đường phố nên biết nhu cầu của quần chúng và không ngại ngùng khi "điều khiển" người có khả năng giúp ông thực hiện điều ông nghĩ. Lối nói chuyện của người Nam bình dân khiến tôi đã có lần nghĩ rằng "nhà đại trí thức" này chắc sẽ ra đi không trở lại khi tôi nghe ông Thành "Hiện Đại" "phê bình" tác phẩm vĩ đại" của ông là "sẽ không ai mua sách của ông đâu vì… ông viết khó hiểu bỏ mẹ. Nhưng tôi sẽ chỉ cho ông cách kiếm tiền." Rồi không biết đã thủ sẵn ở đâu trước rồi, ông rút ra một cuốn sách truyện Anh ngữ cũ mèm: tôi sẽ phát hành nếu ông dịch cuốn này. Một thời gian sau, tôi thấy ấn bản Việt Ngữ của sách này được nhà Hiện Đại phát hành và là một "best seller" cho đến tận bây giờ nhưng tên dịch giả là một tên không quen thuộc. Tôi cũng rất thích quyển sách dịch này. Thường thì các dịch giả thảo luận với ông trước khi dịch và số lượng phát hành và ông sẽ thanh toán dần dần sau khi nhận sách. Vì thế mà lúc nào vây quanh ông Thành «Hiện Đại» cũng là những người chờ đợi để lấy tiền.

Nhưng cũng không phải lúc nào ông Thành "Hiện Đại" cũng làm việc vì lợi nhuận. Gia đình ông đã có lần than phiền vì ông nhận phát hành và yểm trợ rất tích cực những ấn phẩm của nhà xuất bản Trình Bày do Hoàng Ngọc Biên và Diễm Châu chủ trương (2). Đa số tác giả cộng tác của nhóm này "bị" nhận xét là "thân cộng", là thành phần thứ ba. Tôi đã được gặp linh mục Nguyễn Ngọc Lan, Lý Quí Chung, Thế Nguyên, Thế Uyên cũng tại nơi này. Một người bạn rất thân với gia đình chúng tôi là nhà văn Thảo Trường cũng trong nhóm này. Nhưng ông Thảo Trường cũng lại là người bị tù cải tạo lâu nhất, 17 năm. Năm 1970, nhà văn Thảo Trường có viết một feuilleton được in thành sách có tên là "Ngọn Đèn". Nhân vật chính là một cậu bé mưu sinh trên đường phố từ năm 13 tuổi để nuôi gia đình. Nhân vật Tín có nhiều nét tương đồng với Thành "Hiện Đại".

Sau 1975, trong khi các nhà sách Đại Nam, Sống Mới, các nhà phát hành Nam Cường, Thống Nhất bị kiểm kê và tịch thu thì sách của nhà phát hành Hiện Đại lại độc chiếm các vĩa hè Saigon. Có thể vì sách của nhà phát hành Hiện Đại được cho là "tạp nham" không chính trị, không phải là "văn hóa đồi trụy", phản động như những nhà phát hành kỳ cựu trên. Sách của nhà Hiện Đại hầu hết là sách dịch quốc tế, nhạc, thơ nên "chính quyền mới" đã nới tay hơn. Gia đình ông đã thu được rất nhiều tiền dù là bán đổ, bán tháo kho sách của Hiện Đại vì sách rẻ so với trước đây nên ai cũng muốn mua. Dân miền Nam mua đã đành mà con cháu của bác từ Bắc vô Nam cũng "mê" loại sách dịch này. Nhưng theo một nguồn tin từ trong gia đình thì "đồng chí" Nguyễn Văn Trấn, người của Mặt Trận Giải Phóng Miền Nam là bác của ông Thành "Hiện Đại". Ông này sau này nổi tiếng với cái Thư gửi cho Mẹ và Quốc Hội tố cáo đảng CSVN đã đi sai con đường cách mạng mà ông và các đồng chí của ông đã nằm xuống để … xây dựng ngọn cờ. (3)

Nhưng sự ly kỳ của cuộc đời vua "lái sách" Việt Nam Thành

"Hiện Đại" không dừng ở đó. Khi ông Thành vượt biên và định cư ở Hoa Kỳ thì sách vở của Việt Nam Cộng Hòa đã bị Đại Nam và Xuân Thu độc chiếm, in lại gần hết ở hải ngoại. Thị trường sách thì thu gọn lại vì người tị nạn còn phân tán, sinh sống còn rời rạc. Nhưng chỉ một thời gian ngắn sau, dưới bàn tay phù thủy của ông Thành "Hiện Đại" , khắp nơi trong thành phố Little Saigon xuất hiện những cuộn băng cassette, bìa làm bằng giấy photocopy đủ màu thu lại hầu hết nhạc cassette của miền nam trước 1975. Chưa hết, nhạc Mỹ, nhạc Pháp thông dụng thời 60, 70, 80, nhạc cổ điển Tây Phương đều đã được thu lại trong băng cassette tự chế dưới tên Trung Tâm Băng Nhạc Bích Thu Vân. Thời gian 10 năm trước khi có CD, có trung tâm băng nhạc Asia, Thúy Nga, Diễm Xưa, Bích Thu Vân đã vững mạnh và trở thành trung tâm băng nhạc đầu tiên có cửa hàng "to đùng" chiếm vị trí đắc địa nhất trong khu Phước Lộc Thọ. Rồi Việt Nam mở cửa, những giọng ca mới, những nghệ sĩ cải lương trong nước đã cung cấp sản phẩm mới cho Bích Thu Vân trước khi ông Thành "Hiện Đại" mang bạo bệnh và về hưu.

Khi được hỏi tại sao lại chọn tên Bích Thu Vân, ông cho biết ý tưởng đó có khi ông gặp một người bạn trẻ mà ông nhận phát hành một cuốn sách về trang trí nội thất. Vợ người này mang thai gần ngày sinh. Người này cho biết nếu vợ sanh con gái sẽ đặt tên là Bích Thu Vân vì anh mê nhạc cổ điển và mê nhạc của Beethoven. Sách phát hành chưa được bao lâu thì mất nước và ông Thành "Hiện Đại" đã không còn dịp gặp lại họ nữa. Định mệnh khiến ông "dính" vào thế giới âm nhạc và "Bích Thu Vân" hay Beethoven là từ đó mà ra.

Cách đây vài tháng, một dịp tình cờ đi theo bà An Nguyễn Kiều Mỹ Duyên xem một căn nhà ở thành phố Westminster. Không ngờ chủ nhà lại là ông Thành "Hiện Đại". Gặp lại tôi, ông Thành rất mừng, ông bảo bà An là biết tôi khi tôi mới 16, 17 tuổi, nhát như thỏ. Nhưng sau đó, con tôi đã chọn cho tôi một căn nhà nhỏ hơn. Tôi và chị An định sau Tết ta sẽ đến thăm ông nhưng rồi lại nhận được tin ông mất bất ngờ sau khi ngã. Thế là "giấc mộng": bán nhà về quê sống hết đời còn lại của ông không còn thực hiện được nửa rồi. Cái chết của ông Thành "Hiện Đại" lại làm tôi nhớ lại cái thời huy hoàng của văn hóa, văn chương miền Nam, cái thời mà nữ sinh viên đi học còn cầm theo một quyển sách 'kẹp" thư tình, cái thời mà "mối tình đầu của tôi là mưa giăng giăng ngoài cửa lớp, là áo ai bay trắng cả ước mơ", cái thời của "anh đến thăm, áo anh mùi thuốc súng"... Sống gần hết đời, vẫn không thể quên vì "lời ru nào níu được, lúc những cánh me xanh, bay mềm con lộ nhớ" (4)

Sáng nay tôi lại có tin hai "công dân" khác của Việt Nam Cộng Hòa vừa xa lìa cõi ta bà này là Tiến Sĩ Nguyễn Kim Khánh, tác giả của những bài viết chống cộng 30 năm qua ở hải ngoại với bút hiệu Người Lính Già Oregon và ca sĩ Trung Chỉnh của những bài tình ca của lính.

TCS viết: từng người tình bỏ ta đi như những giòng sông nhỏ. Với những người trên 70 như tôi, việc mất đi những người bạn cùng chiến tuyến, cùng chia nhau nỗi đau của đời lưu vong, chia nhau cái quốc tịch VNCH đó không phải chỉ là những giòng sông nhỏ cùng đi ra biển lớn mà là một phần tâm huyết, một phần máu xương da thịt của đời mình đã bỏ ta mà đi trong lặng lẽ. Cả ba cảnh đời không quen biết nhau, không có một điểm chung đã chia nhau một nỗi đau thầm lặng của "những người thua cuộc" khi cùng muốn có một tang lễ giản dị, không kèn, không trống, không cần ai tiễn đưa. Bài viết này như một nén hương tiễn các bạn lên đường về một cõi khác, không có chiến tranh, không có đời lưu vong, chúng ta sẽ được sống bình an suốt đời nơi quê hương mình. Sẽ không có ai nhân danh chủ nghĩa này, chủ nghĩa nọ để xua chúng ta xa lìa cố quận. Những điều nói thì dễ này nhưng chúng ta đều đã không có được trong kiếp này. Thương người cũng như thương ta là vì vậy.

HOÀNG DƯỢC THẢO

Chú Thích

(1) Tôi không hiểu vì lý do gì mà trong mục Tác Phẩm của các nhà văn Mai Thảo, Thảo Trường và Du Tử Lê đều không ghi lại hai tập truyện này: Viên Đạn Bắn Vào Nhà Thục (1969 chung với nhà văn Thảo Trường), Chung Cuộc (1969) chung với nhà văn Mai Thảo) do NXB Khai Phóng của DTL in và Hiện Đại phát

hành. Riêng Du Tử Lê thì truyện dài Với Nhau Một Ngày Nào phát hành cuối năm 1974 cũng không thấy in lại hay liệt kê trong thư mục tác phẩm của ông.

(2) Riêng nhà báo Diễm Châu thì lại là giáo sư Anh Ngữ cho trường Dược. Những năm sau cùng trước 1975, năm sau cùng của trường Đại Học Dược Khoa Saigon có thêm 2 môn phụ, không quan trọng nhưng không đủ điểm thì sẽ không được phát bằng tốt nghiệp: đó là ngoại ngữ (Anh hay Pháp ngữ) và căn bản về trợ y như tiêm thuốc (chích), băng bó vết thương. Ngoại ngữ thì tôi không lo. Khi đó tôi đã lập gia đình nên vào lớp tôi được "giáo sư" gọi bằng chị và khen "chị" làm bài thi rất giỏi. Nhưng cái vụ phải thực tập tiêm (chích) thì thật là khổ vì tôi nhát quá không chị bạn nào đồng ý làm vật tế thần cho tôi. Cũng may mà có anh PCHiếu, bạn của anh tôi đồng ý hy sinh vì ... đại nghĩa. Gặp lại nhau ở Hoa Kỳ, khi biết tôi trở thành nhà báo Hoàng Dược Thảo, anh Hiếu không tin vì ... con nhỏ này nhát hơn thỏ thì làm báo nổi gì.

Tôi cũng nhớ luôn có lần thấy Ngụy Ngữ, một nhà văn trẻ miền Trung vào Saigon làm báo Tâm Lý Chiến cho đơn vị và đến trọ nhà ông DTL. Tôi thấy ông này đi cà nhắc thì hỏi chân anh bị sao thế, cho tôi xem được không? Trời đất, ông này có một miếng lở "ghê rợn" ở ống quyển và cho biết không có thì giờ sắp hàng để được chữa trị ở bệnh xá quân đoàn. Tôi đề nghị để tôi sát trùng, rửa vết thương và cho thuốc trụ sinh vào băng bó xem sao. "Kỹ năng" băng bó vừa học được ở trường Dược cộng với Ampicillin xin được của ông anh làm Directeur Commercial của hảng thuốc Ciba-Geigy tại Việt Nam tuy có làm cho bệnh nhân suýt xoa vì rất rát nhưng sau đó vết thương lại lành.

Đó là những năm tháng cuối cùng của Việt Nam Cộng Hòa. Tôi không còn có dịp gặp lại những người "phe thắng cuộc" đó nữa: Ngụy Ngữ, Trần Tường Trình, Từ Kế Tường, Phạm Đình Thống... Cũng trong ngôi nhà đó, đã có bao nhiêu lần "phe thua cuộc" nhưng lại là những sĩ quan cao cấp của QLVNCH như Huỳnh Văn Phú, Nguyễn Năng Phán, những nhà thơ đã có tiếng tăm như Nguyễn tất Nhiên, Kim Tuấn, Vũ Hoàng, Trần Nhất Hoan, Phạm Văn Bình, Ngô Xuân Hậu vừa ăn cơm "nhà nghèo" do tôi nấu vừa bàn luận thi văn cho đàn em "phe thắng cuộc" nghe. Sau này khi nghe tin "phe thắng cuộc" huênh hoang bàn chuyện văn hóa nước nhà khi tiền bối "ngụy quân, ngụy quyền" của họ còn trong vòng lao lý đâu đó trên núi rừng Việt Bắc mà ngậm ngùi? Không biết «phe thắng cuộc» còn nhớ căn nhà nhỏ ở đường Hồng Thập Tự và những lần ngồi bó gối nghe thơ văn?

(3) Lời bài hát Tự Nguyện của Trương Quốc Khánh mà buổi họp nào của sinh viên học sinh miền nam sau 1975 cũng phải hát:

Là mây, theo làn gió tung bay khắp trời
Nghìn xưa oai hùng đó tôi xin tiếp lời
Là người, xin một lần khi nằm xuống
Nhìn anh em đứng lên phất cao ngọn cờ …

(4) "Mối tình đầu của tôi
Là cơn mưa giăng giăng ngoài cửa lớp,
Là áo ai bay trắng cả giấc mơ
Là bài thơ còn hoài trong vở,
Giữa giờ chơi mang đến lại mang về.

(Phượng Vỹ, thơ Đỗ Trung Quân, nhạc Vũ Hoàng)
Anh đến thăm, áo anh mùi thuốc súng
Ngoài mưa khuya lê thê, qua ngàn chốn sơn khê
Non nước ơi, hồn thiêng của núi sông
Kết trong lòng thế hệ, nghìn sau nối nghìn xưa

(Mấy Dặm Sơn Khê, nhạc và lời Nguyễn Văn Đông
"Lời ru nào níu được, lúc những cánh me xanh, bay mềm con lộ nhớ"
(Bài cho người trong vườn Dược Thảo, Thơ DTL)

HOÀNG DƯỢC THẢO

NGÃ PHƯƠNG HUYỀN

"Ảo Tưởng Đại Ngã và Tham Vọng Danh Vị": Căn Bệnh Khó Chữa Của Trí Thức Đương Đại"

**"The Illusion of Grandeur and Ambition for Fame: An Incurable*

Cảm ơn một số bạn đã yêu cầu mở ra chủ đề thú vị về căn bệnh ảo tưởng đại ngã, đặc biệt là ở những người có học vị nhưng luôn mang trong mình tham vọng vượt qua học vị để đạt danh vị.

Đây là một chủ đề không chỉ dễ đụng chạm đến những khía cạnh cá nhân mà còn liên quan đến xã hội và cách chúng ta nhìn nhận giá trị thực sự của con người.

1. *Tham vọng danh vị – Nguồn gốc từ học vị*

Học vị được xem là thước đo về tri thức, sự cố gắng của cá nhân trong học tập và nghiên cứu. Tuy nhiên, không phải ai có học vị cao cũng đồng nghĩa với việc có đủ đạo đức và sự hiểu biết để dẫn dắt hay cống hiến cho xã hội. Nhiều người, sau khi đạt được học vị, không tập trung phát triển sự nghiệp thực sự, mà lại chuyển hướng vào việc dùng nó làm bệ phóng cho danh vị. Đây là lúc mà tham vọng trở thành động cơ chính.

Sự tham vọng này có hai mặt:

- *Mặt tích cực*, là việc cá nhân có thể tiếp tục cống hiến, sử dụng học vị để phát triển xã hội, xây dựng thành tựu.

- *Mặt tiêu cực*, lại xuất phát từ sự ám ảnh về việc được công nhận và ghi nhận, từ đó dẫn đến những hành vi mưu cầu danh tiếng không dựa trên năng lực thực tế.

2. *Tham vọng danh vị – Liệu có dễ đạt được?*

Có một thực tế rằng, đạt được danh vị thông qua con đường chân chính thường không hề dễ dàng. Một người không chỉ cần có học vị, mà còn phải có khả năng ứng dụng tri thức vào cuộc sống, mang lại giá trị thực tế. Trong khi đó, những người chỉ chăm chăm vào danh vị dễ mắc kẹt vào vòng luẩn quẩn:

- Họ có thể:
đạt được thành công ngắn hạn,
- nhưng về lâu dài, nếu không có đóng góp thực sự cho xã hội, danh vị đó cũng dễ bị lãng quên.
- Thậm chí, có những người **sẵn sàng sử dụng các phương tiện không chính thống** để đạt được danh vị, dẫn đến việc làm tổn hại đến uy tín cá nhân và cả cộng đồng khoa học, xã hội.

Tham vọng danh vị đôi khi trở thành một gánh nặng, đẩy người ta vào việc liên tục theo đuổi thành công giả tạo….

Danh vị trở thành một ảo tưởng không thực, khiến con người mất đi sự khiêm tốn và chân thành trong nghiên cứu và phát triển cá nhân.

3. *Sự ảo tưởng đại ngã – Căn bệnh của những người thiếu tự nhận thức*

Khi người ta đạt đến học vị nhưng không có đủ sự tự nhận thức về … giới hạn và khả năng của mình.., họ dễ rơi vào trạng thái ảo tưởng đại ngã…

Họ tin rằng mình đã đạt đến đỉnh cao của sự thành công và xứng đáng với những danh vị vượt quá khả năng thực tế. Đây là sự mất cân bằng giữa "cái tôi cá nhân" và nhu cầu xã hội, gây ra nhiều hậu quả nghiêm trọng.

Căn bệnh này có thể dẫn đến sự:

- *Kiêu ngạo*
- khi người ta cho rằng mình giỏi hơn mọi người, không cần học hỏi thêm.

"*Thiếu khiêm tốn*,
- không lắng nghe ý kiến của người khác và chỉ chăm chăm tìm cách thăng tiến cho bản thân.

Tạo ra một vòng xoáy giả tạo,

- khi những thành tựu thực sự không còn là mục tiêu chính, mà là việc tạo dựng hình ảnh và danh tiếng cá nhân.

4. *Phê phán thẳng thắn – Sự nguy hiểm của tham vọng danh vị*

Những cá nhân chỉ theo đuổi "danh vị bằng mọi giá" không chỉ làm tổn thương chính mình mà còn gây hại cho môi trường xung quanh. Họ có thể tạo ra một xã hội "bề nổi", nơi các giá trị thực sự của tri thức, công bằng, và nhân cách bị bóp méo. Họ là những kẻ tiêu tốn tài nguyên nhưng không cống hiến gì cho sự phát triển chung.

Hơn thế nữa, sự ám ảnh về danh vị còn gây ra những hệ lụy như:

- *Gian lận học thuật*, làm giả các kết quả nghiên cứu để đạt được danh tiếng nhanh chóng.

- *Phát tán tri thức sai lệch*, khi người ta không còn quan tâm đến sự chính xác và giá trị thực tế của những gì họ truyền đạt.

Chính vì vậy, việc phê phán những cá nhân mắc phải căn

bệnh ảo tưởng đại ngã và tham vọng danh vị không chỉ là trách nhiệm cá nhân, mà còn là một nghĩa vụ của cộng đồng để duy trì những giá trị chân thực.

5. *Kết luận – Giá trị thực sự là gì?*

Danh vị hay học vị đều có giá trị nếu nó đi kèm với sự cống hiến và đóng góp thực sự. Tham vọng danh vị chỉ trở thành tích cực khi nó là động lực để cá nhân làm việc tốt hơn, giúp ích cho xã hội. Ngược lại, khi nó chỉ là vỏ bọc để thoả mãn cái tôi, danh vị trở thành một cái bẫy làm mất đi giá trị thực sự của con người.

Phê phán tham vọng danh vị là điều cần thiết để giữ cho xã hội phát triển dựa trên những giá trị cốt lõi như tri thức, đạo đức, và sự cống hiến.

Tiếng Anh:
*"The Illusion of Grandeur and Ambition for Fame: An Incurable Disease of Modern Intellectuals"**

Tiếng Pháp:
"L'Illusion de Grandeur et l'Ambition de Renommée : Une Maladie Incurable des Intellectuels Modernes"

Tiêu đề này bao quát được tinh thần của bài viết về sự ảo tưởng và tham vọng danh vị trong giới trí thức, đồng thời thể hiện rõ tính chất "khó chữa" của căn bệnh này trong xã hội hiện đại.

NGÃ PHƯƠNG HUYỀN

NGÃ PHƯƠNG HUYỀN
NHẬN ĐỊNH VỀ VĂN HỌC THẾ KỶ 19, 20 VÀ NỬA ĐẦU THẾ KỶ 21 *(Tổng kết)*

Văn học thế kỷ 19:
Sự trỗi dậy của các trào lưu lớn

Thế kỷ 19 chứng kiến sự phát triển mạnh mẽ của văn học thế giới, đặc biệt với ba trào lưu chính: Chủ nghĩa Lãng mạn, Chủ nghĩa Hiện thực và Chủ nghĩa Tự nhiên. Đây là thời kỳ văn học phản ánh sự chuyển biến lớn của xã hội từ tiền công nghiệp sang hiện đại, với những đề tài xoay quanh cảm xúc cá nhân, số phận con người và mâu thuẫn xã hội.

Văn học thế giới

- **Chủ nghĩa Lãng mạn** (Romanticism): Đề cao cảm xúc, thiên nhiên và lý tưởng tự do. Các tác giả tiêu biểu: Victor Hugo (Pháp), Goethe (Đức), Byron (Anh).

- **Chủ nghĩa Hiện thực** (Realism): Phản ánh đời sống xã hội trung thực và khách quan. Tiêu biểu: Balzac, Flaubert, Tolstoy, Di ckens.

- **Chủ nghĩa Tự nhiên** (Naturalism): Nhấn mạnh yếu tố di truyền, môi trường ảnh hưởng đến con người. Đại diện: Émile Zola, Stephen Crane.

Văn học Việt Nam

-Văn học chữ Nôm phát triển mạnh với Nguyễn Du (Truyện Kiều), Hồ Xuân Hương (thơ trào phúng), Cao Bá Quát (tư tưởng phản kháng).

-Văn học chữ Hán vẫn chiếm ưu thế với các tác phẩm của Nguyễn Đình Chiểu (Lục Vân Tiên, Văn tế nghĩa sĩ Cần Giuộc).

-**Tóm tắt** đặc điểm **nổi bật của văn học thế kỷ 19**

-Xuất hiện nhiều trào lưu mới ảnh hưởng sâu rộng đến thế giới.

Văn học Việt Nam chịu ảnh hưởng của tư tưởng Nho giáo nhưng đã có những bước chuyển mình quan trọng.

2. Văn học thế kỷ 20: Đổi mới, cách tân và cách mạng

Thế kỷ 20 là một giai đoạn đặc biệt quan trọng của văn học toàn cầu với sự xuất hiện của chủ nghĩa hiện đại, hậu hiện đại và sự phản ánh chiến tranh, cách mạng trong văn chương.

Văn học thế giới

Chủ nghĩa Hiện đại (Modernism):

Đề cao sự đổi mới về hình thức, ngôn ngữ, tư tưởng. Đại diện: Franz Kafka (Hóa thân), James Joyce (Ulysses), Virginia Woolf (To the Lighthouse).

Chủ nghĩa Hậu hiện đại (Postmodernism):

Phá vỡ ranh giới truyền thống, đan xen thực và ảo. Đại diện: Jorge Luis Borges, Italo Calvino, Haruki Murakami.

Văn học hiện thực xã hội chủ nghĩa: Xuất hiện ở Liên Xô và các nước cộng sản, tiêu biểu là Mikhail Sholokhov (Sông Đông êm đềm).

Văn học Việt Nam

Văn học thế kỷ 20 được chia thành ba giai đoạn chính:

1900-1945: Văn học giao thoa giữa truyền thống và hiện đại

Tản Đà (cầu nối giữa thơ cũ và thơ mới).

Phong trào Thơ Mới (1932 - 1945): Xuân Diệu, Hàn Mặc Tử, Chế Lan Viên, Nguyễn Bính…

Tiểu thuyết hiện thực phê phán: Nam Cao (Chí Phèo), Ngô Tất Tố (Tắt đèn), Vũ Trọng Phụng (Số đỏ).

1945 - 1975: Văn học cách mạng và chiến tranh

Thơ ca yêu nước: Tố Hữu, Chính Hữu, Phạm Tiến Duật.

Truyện ngắn, tiểu thuyết về chiến tranh: Nguyễn Tuân (Chữ người tử tù), Nguyên Ngọc (Đất nước đứng lên).

1975 - 2000: Văn học đổi mới, đa dạng hóa đề tài

Xuất hiện những tác phẩm phê phán chiến tranh, khai thác tâm lý con người: Bảo Ninh (Nỗi buồn chiến tranh), Dương Thu Hương (Bên kia bờ ảo vọng).

Văn học đô thị hóa: Nguyễn Huy Thiệp, Lê Lựu.

Tóm tắt đặc điểm **nổi bật của văn học thế kỷ 20**

Phong trào Thơ Mới mang đến làn gió lãng mạn tự do.

Chủ nghĩa hiện thực phê phán phản ánh xã hội một cách chân thực.

Văn học cách mạng tập trung vào chiến tranh và lòng yêu nước.

Văn học sau 1975 có xu hướng đổi mới, cởi mở hơn về tư tưởng.

Văn học nửa đầu thế kỷ 21:
Hòa nhập và hiện đại hóa

Thế kỷ 21 mở ra một bối cảnh hoàn toàn mới với sự bùng nổ công nghệ, toàn cầu hóa, và sự chuyển đổi của văn học từ sách in sang nền tảng số. Văn học Việt Nam và thế giới tiếp tục có những bước phát triển đột phá.

Văn học thế giới

Văn học hậu hiện đại tiếp tục phát triển với Haruki Murakami (Kafka bên bờ biển), Margaret Atwood (Chuyện người hầu gái).

Văn học khoa học viễn tưởng và giả tưởng lên ngôi: Liu Cixin (Tam thể), Kazuo Ishiguro (Never Let Me Go).

Văn học phi hư cấu phát triển mạnh, với những tác phẩm

như Sapiens (Yuval Noah Harari).

Văn học Việt Nam

Các tác giả trẻ nổi bật: (Xin không kể phần mang tính tế nhị này)

Văn học mạng và sách điện **tử trở nên phổ biến.**

Xu hướng tự sự cá nhân, góc nhìn đa dạng hơn về xã hội.

-**Tóm tắt** đặc điểm **nổi bật của văn học thế kỷ 21**

Văn học kỹ thuật số và mạng xã hội thay đổi cách tiếp cận.

Xu hướng cá nhân hóa nội dung, phản ánh những vấn đề đương đại.

Văn học Việt Nam mở rộng biên giới, giao thoa mạnh với thế giới.

TỔNG KẾT

Qua ba thế kỷ, văn học Việt Nam và thế giới đã trải qua nhiều bước chuyển mình quan trọng. Nếu thế kỷ 19 là thời đại của những trào lưu lớn (Lãng mạn, Hiện thực, Tự nhiên), thì thế kỷ 20 chứng kiến sự bùng nổ của chủ nghĩa hiện đại, văn học cách mạng và đổi mới. Nửa đầu thế kỷ 21, với sự phát triển của công nghệ, văn học đã bước sang một thời kỳ hoàn toàn mới, nơi mà chữ nghĩa không còn bị giới hạn trên giấy mà đã lan tỏa khắp các phương tiện số.

Văn học là tấm gương phản ánh xã hội, và qua mỗi thời kỳ, chúng ta đều nhìn thấy bóng dáng con người, những khát vọng, nỗi đau và sự đổi thay không ngừng của thời đại.

NGÃ PHƯƠNG HUYỀN

HUỲNH LIỄU NGẠN
TỚI NGỌN CHỨA CHAN

Mái nhà dột chiều nay mưa xối xả
mưa đầu đường mưa cuối ngõ phù vân
bên góc khuất nhịp đời như hối hả
cứ giục về kẻo bội nghĩa vong ân

che đôi mắt để thấy trời thấp xuống
cho tay ngàn đuổi kịp bóng thời gian
em cứ hẹn hò mây cao lũng thấp
đến bao giờ lên tới ngọn chứa chan

lòng anh hẹp như sông hồ suối cạn
nắng rồi mưa rồi bụi gió vô thường
anh biết rõ chuyện đời anh chưa tỏ
nên mãi hoài như cỏ dại đầu truông

ruộng vườn xưa đã khô mòn dĩ vãng
ai đem gầu múc cạn ánh trăng tan
em thì xa như cánh chim phiêu lãng
bay thênh thang theo gió cuộn mây ngàn

đi cho hết xanh xao màu cổ biệt
một vòng thôi đã cạn một đời rồi
chiều giáp hạt ngoài hiên mưa còn vội
anh lặng nhìn rồi nắng vẫn chưa vơi

ao ước mãi một mái lều sáng tối
cho chim bay cho cá lội mơ màng
cho đôi tay không gầy theo năm tháng
khi cuộc đời toàn là nỗi bất an.

8.2.2025
HUỲNH LIỄU NGẠN

SAN PHI
Ngọn Núi Đào Hoa [2]

Phất phơ trong gió một rừng cánh hồng đào hoa rơi lả tả, mùi hương tinh khiết của hoa đào những cơn gió thoảng dịu nhẹ ngọn tóc bồng bềnh, ta bàng hoàng ngây ngốc có phải chăng là anh?

Một cánh đào hồng khẽ đang mơn man lên từng phiến thịt da, ta chợt nhớ đến khúc tình thơ mà anh đã dệt, từng con chữ vuốt ve rờn rợn, ta nghe dường như trời thêm xanh, như hoa lá biết cười, cho lòng ta ngây dại trong cái chạm huyền ảo của một trời mà tha thiết, mà mong lung sâu trong trái tim …

Những con chữ của anh hoa cỏ biếc bật dậy đi tìm, là tinh hoa là chiếc nôi nuôi dưỡng tâm hồn ta. Mỗi ngày truyền tải tiếng lòng, bộc lộ được những cảm xúc chân thật nhất của nội tâm.

Trong đáy mắt sâu luôn chất chứa một nhân hình, ta thiết nghĩ :

“ta yêu anh và anh cũng yêu ta”.

Ông trời thật biết trêu đùa thế gian, ngày ta gặp anh cũng là ngày thu vàng trong nắng, gió ngược hướng về hoa nở muộn xót xa, trong cái cồn cào vuốt ve, mảnh không gian cuồng si trong từng làn hơi thở, không gian hai chiều xa hơn một vầng trăng, thế nhưng lạ lùng trong cái khoảng xa, luồng rung cảm vô hình như mũi tên lao thẳng vào tâm điểm, hương yêu dậy men hút chặt quyến rủ nhau, khát khao cháy bỏng, trong bóng thiên đường từng giây từng phút…

Nắng. Chi(ề)u Ve vuốt nhẹ sâu
Thầm thì…
Cỏ lá xạc xào không gian
Khiến cho ta dại khờ mang
Suy tư. Đan(g) mộng gối chăn thức niềm

Ngày bình minh bên kia đêm
Ngọn sóng thơ biết lục tìm thiết thao
Tình thơ ta kết bện trào
Khảy nồng nàn khúc xé rào.
Hoan mê

Trăng. hương trăng thướt ngọc kề
Tình bồng. ngọt chuỗi đam mê rực trời
Giọt sương lung linh lên khơi
Giấc sâu mường tượng khúc đời có nhau.

Ta vẫn không lý giải được tình yêu?

Ta cũng chẳng thể hỏi ông trời phải chăng đang say ngủ.

Anh vẫn thường bảo ta hãy cứ hân thưởng niềm hạnh phúc khôn cùng trong cái mong manh, hãy thì thầm khẽ vào tai anh ta cũng vẽ lên bức tranh sống động thiết tha trong cái ảo diệu, trong niềm tin, rồi thế nào cũng vỡ òa trong cái thực tại mà ta và anh vẫn từng giây nung nấu tan chảy trong nhau …

Ta tìm được anh tích tắc trong "Tuổi Vàng" *nắng chiều tà hương mật ngọt

Không ngờ…

Không ngờ, cỏ hoa nở rộ thể dậy rực trời Thâm thiển một vùng trời yêu, gió thu đưa về quá khứ, nhớ xuân khi còn non tơ.

Ta ngỡ ngàng ngớ ngẩn…

Ta khóc ngất khi bắt gặp dòng xúc cảm rung lên tràn dâng nỗi nhớ, sung sướng vỡ òa khi ngôn ngữ long lanh sóng tình phảng phất hình ảnh ta …

Ta nhận ra những dâng trào trong anh là nguồn sống mà

ta đang thiết tha, mà ta đang tìm kiếm, những âm vang rạo rực cất lên lời thương tận phiến tim người, ta lục tìm những khoảnh khắc hư ảo kỳ diệu một tình yêu

Ta tìm anh giữa chốn người
Đãi vàng trong cát một trời phù vân
Là hư huyễn.
giữa
Hồng trần
Từ lần bắt sóng giăng giăng nỗi niềm
Ánh nhìn len lỏi vào tim
Một hình dung được khắc ghìm tóc tơ

Những vợt hờ trong anh, nó xé toang cả buồng ngực mỏng manh cánh hồng nhan nở muộn màng

*"Người ơi gặp gỡ làm chi".**

Để rồi cái niềm đam mê níu ghì nhớ thương da diết, hai phương trời cách biệt, viễn thướng bạch vân gian, ta vẫn nghe lá hát lời xanh, ta vẫn nghe gió lộng ngân tiếng sáo thắm tơ lòng vương trải, ta vẫn ngỡ ngàng nhân ảnh hiện hữu, dáng anh từng đêm thao thức tìm trong cơn ngủ, khuông trăng khóc trên bậc thềm phủ rêu xanh, vẫn đâu đó văng vẳng giọng ấm áp ngọt ngào khiến hồn ta tê tái

Hương vị của tình yêu dòng rung cảm muôn kiếp mềm mại vỡ òa, dòng suối tiên tắm mát lên làn da trần trụi.

Đã bao lần anh thì thầm vào tai …

"Cánh Bùa Hoa Anh Đào".*

Ta gặp nàng là Định mệnh, có phải thế chăng !

Những cánh đào hồng kết chặt lấy ta, ta như một gã tà huy mộng mị lao vào em, em giam chặt ta muôn kiếp không một lối thoát, những lời lẽ anh, ta như trúng phải bùa thiên "anh dịu dàng nhìn ta với khoảng thinh không xa thẳm mà rằng trong tâm thức"

Ta biết yêu thương tột cùng rồi nếu phải xa anh sẽ đau thương tột độ, thượng đế người khéo an bài ta trong cái trường tình trớ trêu này ...

Cánh hồn nhiên phất phơ lạc phương trời nào."

Nhưng ta vẫn thầm cảm ơn trời để ta tìm được anh, để ta cảm nhận được nỗi ngậm ngùi của mặt trời khi mưa những giọt lệ ngoại hôn trở lại, để ta cảm nhận được hương vị của tình yêu sao mà hạnh phúc đến lạ.

Dù biết là mịt mờ như sương khói, như cánh chiều lơ lửng một rừng đồi giữa phong ba, những cánh đào hồng trong khu rừng ngàn dặm đợi chờ bước chân chàng lãng tử.

Khảy đoạn khúc hồng trần!

Đoạn khúc thảo lục trường thiên rực sáng có anh, có ta, tuôn trào nỗi nhớ cuộn tròn ngày đêm để rồi bung tỏa niềm say mê như khúc điệu hoài u lãnh sắt, nỗi bàng hoàng ẩn chứa một tình yêu

Phải không anh?

Khu rừng thập lý đào hoa bất tử một mối tình truyền kiếp trường lai chẩm thượng thiên tình tứ, lãng đãng ẩn chứa tình trời bất diệt, trở lại trong anh trong ta bí ẩn một truyện tình còn vương

...

SAN PHI

Govap October 4, 2023 11:30 pm

** thơ (Trích Truyện Kiều - Nguyễn Du)*

VIÊN DUNG
Ý DUYÊN

Ý gì như xuân gọi mời
rộn tiếng cười vang mẹ ơi
nhấp nhô đùa ơi ới
trời trong xanh gió lơi

ý gì gọi nhớ anh ơi
từ mùa lá rơi, để nhớ
Tết này, mẹ cho con đi chơi
rủ đi rồi gặp nhau mới vui

ý gì lá bỗng rơi giữa, mà
hai ta chợt đưa tay nhặt
cùng lây lan ánh mắt
ánh mắt tình lung linh

ý gì lá đó nảy mầm
có là mầm nhung nhớ
có phải tình không, mà
gây hấn vấn vương

đến xuân nay tình trỗ
con tim này vươn xuân đơm
ngực thơm đầy hơn trước
tròn trịa phước ân trời
phơi phới tìm nghĩa anh thôi

ý gì réo bước đi chơi
mơi mới bước xuân thì
hương sắc khoe thì với xuân
như rao khắp phố đăng mừng

VIÊN DUNG
29012025

NGÔ NGUYÊN NGHIỄM
TỚI NGỌN CHỨA CHAN TỪ HÀI CÚ NHẬT BẢN,
LỤC BÁT BA CÂU **NGUYỄN TÔN NHAN**, *Ý NIỆM RỜI*

VỀ HAIKU VIỆT CỦA CHU NGẠN THƯ

Thời gian hơn mấy thập niên trở lại đây, nghệ thuật chuyển biến sáng tạo và lập dựng nhiều trường phái tân hóa, cách điệu và đầy trí dũng. Đương nhiên, giữa sự đột biến của một thời văn minh xã hội, đưa khoa học lên hàng kiệt xuất mà cách đây cả thế kỷ trở về trước có ai ngờ một cuộc cách mạng tri thức tuyệt vời, y như nguyên bản của những ước mơ phù thủy hay thần thoại của thời cổ tích Phong Thần, Liêu Trai Chí Dị, U Minh Liệt Truyện, Harry Potter…đều trở nên hiện thực. Cái chớp cánh lên không xuyên suốt hàng trăm ngàn cây số, phiêu du trong vũ trụ, đến mọi chuyển biến trong các độ nhạt chuyên ngành khác đều như một giấc mộng phù sinh, thời @ đã đưa thuần phong nhĩ, thiên lý nhãn và những cách điệu truyền âm như một cách phiêu thoát. Đường đời con người không dài, nhìn lại bản thể có được phục nguyên như tư chất tiên thiên lúc mới khai sinh không thì mới thấy cái uyên nguyên của trời đất đã là một bí mật với những kẻ thoát thai lại chìm đắm trong ngõ tối của mọi khuynh loát u mê trong dòng luân lưu của cuộc sống. Người ta có tâm huyết và duyên cơ đi tìm kẻ đạo, vạch mù sương trên ánh đuốc giác ngộ lầm lũi vượt đỉnh thái hư, hầu chấp cánh cho bản lai bước vào cái vô tử vô sinh, dù đó là nghệ thuật hay tâm thức, thì sự diệu kỳ đã giải thoát con người qua khỏi trăm nẻo u mê. Đạo giáo sinh ra khá nhiều, mà bước đi chung vẫn chưa hề có mặt, mỗi hình thái cực đoan và phi đạo vẫn tiếp diễn xảy ra. Cái ác vẫn chập chùng giăng mắc trong kiếp sống lưu sinh của con người, đâu biết đâu hiểu nẻo ra đã lạc lối chưa nào. Càng ngày, càng chất chồng những bất hạnh lên vai nhân loại, bởi đi đôi với cái tạm gọi là Thiện, cái tạm gọi là Ác, vẫn ngang ngửa nhau sức tàn phá và đối kháng như thời Siddhartha chờ bình minh giác ngộ, Ma vương hiện hình đầy rẫy, gieo mọi tư hướng để đẩy lùi nền sáng của ngọn đuốc minh triết đang hùng vĩ soi rọi. Cái đối kháng nhiều lúc thần lực không thua sút nhau, vì mỗi bên đạt ngộ theo cách chuyển bí mật của kẽ hở vũ trụ, của duyên nghiệp thông hành trên ngõ ngách của huyền vi. Đến *"Om mani pad me hum"*, hoa sen nở trong lòng, thì chân lý là dấu ấn pháp giới cũng chính chiến thắng bản thân mình.

Nghệ thuật cũng vậy, có cái đi thẳng vào một chiều hướng xuyên sâu ở một giai đoạn cực thịnh của một quan niệm, một triết lý thời thượng, nếu có một sự bùng vỡ như những hòn bi va chạm tóe lửa sẽ nảy sinh những chuyển biến có lợi cho cuộc hành trình. Chỉ có câu hỏi, sự hồi sinh hay hủy diệt có phải là chân lý vĩnh cửu, để nghệ thuật thoạt biến thoạt hiện như những ảo giác hay sự thật mà chân lý đã điểm tô thế giới nhân gian, như hoa nở rực rỡ từ những ngọn đồi đầy gió thu phong man mác dưới bình minh hay ánh trăng vàng, hay là hoa nở trong lộc bình lẻ loi trong phòng khách thừa trừ. Cái nhức đầu của người làm văn nghệ là cứ nhai đi nhai lại những giọng điệu của màn đêm, cũ rích từ ngàn năm xưa nên người nghệ sĩ chính tự bản thân phải sáng hóa chính mình đưa một tiểu vũ trụ hòa nhập bản thể vào tam thiên đại thiên thế giới, hay còn những thế giới ngoài cõi đại giác đã vạch sẵn.

Sự thuần hành trên lẽ đạo là tất nhiên đưa đẩy vun trồng chân tâm được phóng hoạt lớn nhỏ thường hằng. Khi lớn bao trùm cả vũ trụ mênh mông, khi nhỏ đến hạt cát cũng chẳng ra gì. Nhưng ai biết trong cái hạt cát đó, chứa đầy cả một không gian siêu thoát và đạt ngộ. Vì vậy, mỗi tư hướng của nghệ sĩ đã là cái ngộ vọng tức thời, đưa đẩy cái lẻ loi thành đại chúng. Tôi thầm cảm ơn những điều gì mình biết được nhào nặn không hiểu từ bao nhiêu ngày tháng của thời gian mơ hồ, và tôi chiêm nghiệm bao nhiêu sự hóa thân chân chính để làm sống lại trí tuệ giác tha của bằng hữu văn nghệ. Cái mới mà chính bạn bè bỗng nhiên tìm thấy, thật kỳ bí và mở rộng cho nghệ thuật như một ánh sáng tuyệt diệu soi thêm trên thềm hoa cỏ buổi đẫm sương, mát dịu và thanh thoát lòng người.

Hôm Lưu Vân ghé tạt qua thăm tôi, có lẽ đã gần năm, sau những giọt rượu nồng lay láng tình văn hữu, bỗng nhiên anh vui cười báo về một lối ngoặc trong thơ của nhà thơ Chu Ngạn Thư, áp dụng thơ Hài Cú Nhật Bản, với ý niệm là làm mới với danh nghĩa Haiku Việt. Lưu Vân tán thán, sự thành công đậm đà trong nét thơ này có một hào nhoáng cách tân và sâu sắc. Chu Ngạn Thư là một nhà thơ có nhiều công lao góp mặt với văn nghệ Việt Nam từ thuở xa xưa, trải qua bao nhiêu ngày tháng chung đụng với không gian thơ, hẳn nhiên đã đạt hỏa hầu tuyệt diệu. Thì chuyện tạo tác một khuynh hướng đa thể cách, lại là chuyện đương nhiên, và thêm cho khu vườn nghệ thuật đầy những cánh hoa phục nguyên mới lạ. Tôi lật đật nhìn lại, một Khế Iêm, Đoàn Minh Hải, Lý Đợi, Nguyễn Phan Thịnh, cách tân thơ qua ngõ Tân Hình Thức, rồi Nguyễn Tôn Nhan dìu mình từ thuở 16 tuổi với Thánh Ca chuyển sang thể sấm thi ba câu lục bát, giờ đây Việt Nam lại có thêm một dòng thơ mượn thể Hài Cú Nhật Bản, mà Chu Ngạn Thư tạm gọi là Haiku Việt. Sự thành công hay không sẽ để thời gian hậu kiểm, nhưng cái đáng quý là anh em đã tu chỉnh trong sạch để dọn mình cho bước du hành đầy ý nghĩa cho cuộc sống nhân sinh.

Hài Cú Nhật Bản là một loại Thiền thi, chấp nhận lẽ huyền diệu đương nhiên của trời đất và sự đạt ngộ của thế nhân. Sự trong sáng là bản thể huyền nhiệm của Hài Cú, đưa tất cả cái tự nhiên của chân lý vũ trụ nhập vào thơ, nhểu vào tri thức giác ngộ cho cục diện hữu hình hiện thân lên ngôn ngữ. Không lý luận, không gò ép, với hình thức 17 âm sắc, càng ngắn càng tốt, để thể hiện cái không hư của đạo pháp, cái trung đạo giữa đạt ngộ. Thơ cứ tự nhiên nhập thể vào ngôn ngữ, như ảnh tượng xảy ra trong lý nghĩa của huyền đạo, không một ý kiến tha nhân mà chính người chiêm nghiệm sẽ đi sâu hay không vào ý nghĩa của thơ, tùy tâm thức sẵn có của mình. Nhật Chiêu, có bài *"Giấu Mình Trong Hương"* đăng ở Giác Ngộ số 74 tháng 5/2002, kính mừng Phật Đản PL 2546, có viết:

"*Và mọi lý thuyết đều màu xám (geothe) như ý nghĩ của bài tắc sau đây trong Bích nham lục: "Lục Hoàn đại phu (một học giả Phật giáo thời Lục Triều) hỏi Thiền sư Nam Tuyền:*

- Tôi nhớ Triệu Pháp sư nói: "Trời đất cùng ta đồng gốc, vạn vật cùng ta đồng thể. Kỳ quái thật!

Nam Tuyền chỉ bông hoa trước sân và đáp:

- Người thời nay nhìn hoa này không như hoa mà như mộng.

Thiền sư nhắc nhở học giả rằng hoa hiện thể như hoa, bao giờ cũng là hoa. Hoa có ở đây, bây giờ, trước mắt ta, với hương sắc diệu kỳ. Không cần ký luận, không cần giấc mơ.

Hoa có đây, bên hàng giậu:

Ta nhìn sâu xa
Bên hàng giậu nở
Cành Nazuna
Bashô
(Yoku mireba
Nazuna hana saku
Kakine hana)

Đấy là cái nhìn đưa ta vào tinh tố của sự vật, niềm vui của sự vật, cái nhìn của Trang Tử trước những con cá bơi lội tung tăng dưới hào. Trang vui niềm vui của con cá và Bashô vui niềm vui của hoa.

Ta nhìn sâu xa
Dưa nằm trong cỏ
Hé mấy nụ hoa
Shiki
(Yoku mireba
Kiuri no tsobomi ya
Kusa no naka)

"Nhìn sâu xa" (yoku mireba) là cái nhìn thiền, một cái nhìn trong suốt, lắng đọng, như như. Cái nhìn đó "giấu mình" vào sự vật, lặn vào sự vật chứ không mổ xẻ, phân tích. Cái nhìn đó không cần gọi tên, không cần xếp loại:

Trong cỏ xanh
Cành hoa không biết
Nở ra trắng ngần
Shiki
(Kusa mura ya
Na mo shiranu hana no
Shiroku saki)

Những bông hoa giấu mình trong cỏ, trong hàng giậu, trong hương thơm, trong bóng trăng, trong sự vô danh. Cái đẹp của hoa chỉ hiện ra trong cái nhìn sâu xa của tình yêu."

Sự diệu kỳ của Hài Cú Thiền học Nhật Bản đã là một bản sắc siêu tuyệt điểm tô cho văn hóa Nhật Bản nhập thần giữa thiên địa mênh mông. Đó là một loại Thơ Thiền âm hưởng sâu sắc cái đạt ngộ siêu thoát, đưa bản thể vũ trụ hội nhập chan hòa trong cái tiểu vũ trụ thường hằng. Mà bây giờ từ một thành không, tan biến giữa tinh hoa tuyệt diệu của một thế giới vĩnh cửu như kinh sách dẫn chứng?

Bước qua một lối giữ hồn dân tộc như thơ lục bát ba câu của Nguyễn Tôn Nhan, anh cũng đã là một kỳ nhân trong nhập định với thơ. Xuyên suốt gần nửa thế kỷ chung sống với thi ca, Nguyễn Tôn Nhan thành công trong nhiều thi tập và tuôn chảy nhiều tư hướng sáng tạo với thơ. Đã từng bước đi trong ngõ sáng hóa, lập thuyết cho thơ, nhưng cuối cùng qua 3 giai đoạn thơ của Nguyễn Tôn Nhan, anh lại nhập thể hồn Việt vào bản chất thơ lục bát ba câu, mà tôi tạm gọi là sấm thi. Bước qua giai đoạn ẩn dụ, Nguyễn Tôn Nhan đã như một *lão Trang Chu* lẩn thẩn bước vội trên nét vạch của hà đồ lạc thư, đưa thơ ba câu trở nên một thừa truyền, khoát vai dịu ngọt với những câu thơ của một Trạng Trình Nguyễn Bỉnh Khiêm, tiên đoán vận mệnh 500 năm trước và 500 năm sau. Hay một Nostradamus, lập dựng sự diệu kỳ không ai hiểu nổi, ảnh hưởng cả một vùng trời phương Tây, kể cả vùng Địa Trung Hải, đến nỗi sự say mê sấm Nostradamus, đã hoàn sinh tin đồn nhà tiên tri đang hóa thân ở Tây Ban Nha.

Thơ lục bát ba câu của Nguyễn Tôn Nhan, cũng đạt được tinh túy của một tân thi, làm mới câu thơ và thấm nhập nét vạch liền vạch đứt của dịch lý, đã đưa đẩy thơ ba câu của anh thành một loại truyền sai cho dịch lý phương Đông mà Trung Hoa là chính sử, mặc dầu còn chút hồn Việt Nam là lục bát chân phương.

Bước đến thơ Chu Ngạn Thư, tài hoa đã định sẵn bởi vì suốt quá trình nghiêm túc và khổ hạnh với thi ca, nghiệp chướng đã ươm đúc cho tâm anh một hồn thơ diệu vợi, mà mấy mươi năm trước tôi vẫn thầm thích thú thơ Chu Ngạn Thư trong những bài được giới thiệu trên tạp chí đương thời. Chu Ngạn Thư đã là một nhà thơ chứng kiến ngang tầm với sự trôi nổi của đất nước, kể cả với thi ca, sự lên voi xuống chó của đời thường chỉ là một bếp lửa cho anh hơ ấm lại những phong trần ngày tháng bám víu vào lẽ sống. Chu Ngạn Thư suốt đời vì bằng hữu nghĩa tình, vì thủy chung…Nên thơ Chu Ngạn Thư đậm đặc một nhân cách hiền giả, tạo được sự kính trọng của bạn bè văn nghệ đối với anh, đó cũng là lẽ đương nhiên thôi.

Lưu Vân có đem cho tôi một tài liệu dày về thơ Haiku Việt của Chu Ngạn Thư, tôi vội vã đọc nghiền ngẫm trong những thích thú riêng tư. Vượt thoát qua bao nhiêu ngày thử thách trong cuộc đời, tất cả kỷ niệm và sự sống đã dàn trải dày đặc trong ý thức, đã khiến Chu Ngạn Thư già dặn và logic hơn khi bước chững chạc trong một cách tân mới:

Bờ kia ngàn dâu thắm
Trách chi đời huyễn mộng cuối trời
Lá vàng đáo ngạn ư?

Thơ hài cú là được cái huyền diệu đang vi vu ẩn tàng trong trời đất, sự bất chợt cô đọng trong ngôn ngữ chỉ là một cách hóa thân để giao truyền với nhân gian. Nên cái ý và cái tâm, phải chuyên chở làm một, hư nhiên tự tại để dễ thấm nhập vào bản thể đạo và đời. Chu Ngạn Thư cũng đạt được một thành công khá sâu rộng trong sự chuyển hóa này, chỉ có điều tôi thắc mắc là thơ Haiku Việt còn quá nhiều dấu hỏi. Chính vì vậy, cái mới của Chu Ngạn Thư sẽ thấm nhập vào sự thế hiện hữu, khác cái bảng lảng siêu thoát của Hài Cú Nhật Bản. Khiến Haiku Việt như đang là bước đường hóa thân của *Nho đạo*:

Tên đồ tể múa đao
Tên làm thơ ngồi nhấp chuột
Tên nào sát sanh hơn?

Hay:

Muốn lấy đá thử vàng
Vàng dát mỏng chân đám hạc đình
Đá ngồi mài nước chảy!

Chu Ngạn Thư đã thành công trong hành trình sáng tạo một cách tân thơ, giúp người đọc được ngồi dưới giàn hoa thiên lý, ngắm trăng và ngâm nga những tư khúc đầy tâm thức của nhà thơ. Đưa đẩy thơ Chu Ngạn Thư lên thêm một phương trời tuyệt diệu và đầy tao ngộ với sáng hóa. Sự mơ ước và nguyện vọng của kẻ làm văn nghệ là được đứng bằng đôi chân và khối óc của mình, nên việc tạo tác tìm tòi của nhà thơ Chu Ngạn Thư là một điểm chính khuất phục bạn bè.

Tôi thích thú nhiều bài Haiku Việt, 17 chữ của Chu Ngạn Thư đánh dấu một sự nắm bắt ngôn ngữ và tư tưởng một cách sâu sắc

Không nghe rặng liễu than
Đèn câu thấp thoáng đuôi tầm mắt
Biển trầm nhất cô liêu

Lục bình hay nước trôi
Nỗi nhớ bỏ quên màu hoa tím
Bây giờ ở trời tây

Chiết cành hoa đang nở
Chiết chữ hết một thời son trẻ
Chưa đáng chân tiểu đồng!

Tiếng hát âm trong lòng
Ngọn núi vẫn xanh chiều mưa mù
Sắc và thanh dạ tưởng

Chúng ta có quyền chờ đợi những hóa thân tuyệt diệu của nhà thơ, trong cái thanh khí uyên nguyên ngày càng thoát vị trong đời sống hôm nay…

NGÔ NGUYÊN NGHIỄM
(Viết tại thư trang Quang Hạnh
Mùa thu 2009)

NGÔ NGUYỄN NGHIỄM
Ý NIỆM: THƠ VÀ TÂM LINH, CHIẾC CẦU SÁNG HÓA BẮC GIỮA ĐÔI BỜ HƯ THỰC

Bất chợt giữa một trưa hè, nắng cháy hừng hực đổ rạp xuống con đường hành hương về Thất Sơn, hằng hà bóng dáng tín hữu giao thoa khắp phố thị. Năm đó, hè 1966, tôi vác túi hành trang suốt lộ trình gió bụi bay về Bảy Núi, lòng mang nặng một hoài niệm quê nhà, cố xứ khôn nguôi… Hành trình chỉ đằng đẵng không hơn 200 cây số đường chim bay, nhưng lòng nôn nao bước vội gót chân, dẫm lên con đường làng đầy hoa cúc nở, vang dội tiếng chim rúc trên ngàn, thăm thẳm sơn lộ đầy khí thiêng cương thổ. Hình như, định mệnh vẫn là một thỏi nam châm cực kỳ nhạy cảm, mỗi thời khắc giao thoa quy tụ một từ trường trên bản mệnh, cho một đáp số quy hoạch vô hình định trước khởi đầu cho sự tương giao. Tôi vừa trút bỏ mớ hành trang còn vương vấn phong trần mà trên nếp áo còn dọng đầy tiếng đàn độc huyền của lão nhạc sĩ già mù bên phà Mỹ Thuận… Tâm tư thường xuyên xao động bộn bề âm hưởng chiếc mộc cầm, làm thi vị thêm không khí quy cố hương có gì man mác lạ thường… Bởi hạnh phúc quây quần cùng bạn bè từ thuở tấm bé cùng nhau cung cấp sách học lớp đồng ấu trường làng đến ngày trưởng thành hôm nay, vẫn mơ ước nhìn lại nhau mà rưng rức kỷ niệm. Hè 1966, hoa phượng nở đầy phố núi, anh em quy tụ trong buổi trà dư tửu hậu, hừng chí đề xuất tập hợp trên tờ Hiện Diện. Một tập san trong quá trình để nhiều tờ báo khác ra đời, mà sau này đúc kết lại thành tiếng nói văn học nghệ thuật miền Nam: Tạp chí xuất bản Khai Phá, vinh dự góp mặt với quê hương trong cảnh dầu sôi lửa bỏng của những năm 60-70, thế kỷ XX, đầy biến động chua xót lòng người. Anh em tập hợp bài vở, nhóm chủ trương có mặt Mặc Lan Hoài, Lưu Nhữ Thụy, Hoài Ziang Duy,

Mộng Linh, Uyên Linh và giao trách nhiệm bài vở cho Mặc Lan Hoài, Hoài Ziang Duy, còn phần trình bày Lưu Nhữ Thụy đóng vai họa sĩ thiết kế… Tập san còn mang nặng tuổi học trò, nhưng những nét sáng hóa thì rực rỡ vì chịu ảnh hưởng rất nhiều của phong trào văn thơ cách tân ở thủ đô, nhiều nét phá cách, mà phong trào triết học Phạm Công Thiện, thơ tự do Thanh Tâm Tuyền, và ồ ạt tiếng nói hippy Tây Âu tràn vào làm chìm ngấm nét cổ điển của nghệ thuật quê xưa…Tờ Hiện Diện được thực hiện khá vội vã, nhanh chóng cho kịp sắc hè… Dù có thông báo qua thư từ để mời mọc anh em, nhưng ở thập niên 1960 đường xá, xe cộ thật khó khăn, giao tế văn thư cũng chậm chạp một cách đáng sợ. Tôi nhớ thật rõ, khi tập san Hiện Diện in gần xong, còn chờ đóng bìa để nộp bản và phát hành, thì anh em nhận được một phong bì có thơ của Trần Hồng Nhan (tức Nguyễn Tôn Nhan) và Triệu Cung Tinh (Tức Triệu Từ Truyền)… Thơ Nhan có vẻ mang nặng không khí của Ngày Sinh Của Rắn của Phạm Công Thiện, mà những năm sau này tôi mới được biết là trích trong thi tập Thánh Ca, làm bật dậy tên tuổi của chàng thi sĩ 20 tuổi này, có nét tuyệt diệu bước đầu trong thi ca hiện đại. Và, một bài thơ của Triệu Cung Tinh, bày tỏ thiên kiến phản chiến cùng cực, ở giai đoạn văn nghệ tuổi trẻ khắp nơi hình như cũng chung một lập trường như thế với khói lửa quê hương. Thư đến trễ khiến cho hai nhà thơ mất dịp góp mặt tao ngộ. Tuy vậy, Hoài Ziang Duy nhanh trí dành phần thư tín trang chót tờ báo, nhắn tin cho Triệu Cung Tinh, Trần Hồng Nhan và Từ Kế Tường với kỳ vọng được các anh chung vai trong số kế tiếp. Nhóm ba nhà thơ này, năm 1966 cũng đã xuất bản chuyên San thơ Bộ Lạc Mới. Anh em còn trẻ hăng say hoạt động văn nghệ và chính kiến được phân định, nên hầu hết đều quen biết tên tuổi nhau, mặc dầu chưa tương kiến. Điểm tuyệt diệu là ở đó, mà không thời điểm làm văn nghệ nào có được. Hình như, Hoài Ziang Duy đã nhiều lần liên lạc với Nhan và Tình, nên biết khá rành rẽ các bằng hữu ấy. Tôi có hỏi Hoài Ziang Duy về các bạn, để nắm bắt rõ ràng chờ dịp tương ngộ. Vì riêng tôi từ năm 1964 đã tách bước phố núi bay về cư trú tại Sài Gòn để học hành. Sự ngẫu nhiên thật ra theo tôi cũng là một định số, để tâm thức anh em có một dấu ấn chan hòa trong niềm hạnh phúc tâm giao của nghệ thuật. Trong 3 nhà thơ Triệu Cung Tinh, Trần Hồng Nhan và Từ Kế Tường, năm 1966, hình như chỉ có Tù Kế Tường là tôi thường xuyên quen tên, vì Từ Kế Tường thường đăng chung với tôi trên Văn của ông Nguyễn Đình Vượng và Trần Phong Giao, tuần san Nghệ Thuật của nhà văn Mai Thảo và Viên Linh... Triệu Cung Tinh là nhân dáng tôi mù mờ trong suốt thời gian trước 1975, chỉ thỉnh thoảng đọc được vài bài thơ của anh trên báo chí Sài Gòn những năm 1960 – 1970. Thật ra, Triệu Cung Tinh cũng đã xuất bản được 2 thi tập Tình Phượng 15 (năm 1962), Đêm Lên Cơn Dài (năm 1965). Trong 3 nhà thơ, suốt gần 40 năm nay, người tôi thân thiết nhất, qua lại trao đổi văn chương hầu như chỉ có Trần Hồng Nhan (Nguyễn Tôn Nhan). Cung cách trân trọng nhau trên các bước đường phiêu du khiến chúng tôi gặp gỡ nhau trên các tạp chí Khởi Hành, Văn, Thời Tập...

Bắt đầu từ ngưỡng cửa 1975, bẵng đi thời gian hơn 10 năm sau đó, tôi vẫn tiếp tục đóng cửa thư trang, âm thầm sáng tác nghiêng hẳn về nghiên cứu Y học, và đặt trọng tâm về biên khảo văn học nên phần thi ca ngày càng một thưa dần. Dù vậy, sự tiếp xúc với anh em văn nghệ xa xưa vẫn là một cầu nối không thể thiếu, hình như trong máu thịt vẫn còn vương vấn hơi thở sáng tạo cho nhau. Nơi hội tụ bằng hữu thường gặp, là tụ điểm 6C Tú Xương, Quận 3 và quán rượu bên lề của Triều Uyên Phượng, anh em đủ các bộ môn thi văn nhạc họa… gặp gỡ chỉ để đun ấm lại tâm hồn. Thỉnh thoảng sự họp mặt tình cờ này, có hiện diện của Triệu Từ Truyền (Triệu Cung Tinh), dáng dấp thanh thản, từ tốn, nghệ sĩ đầy điệu nghệ, chan hòa với bằng hữu. Qua đầu năm 1990, thỉnh thoảng thơ Triệu Từ Truyền xuất hiện nhiều trên vài tạp chí trong nước, nên những dịp gặp nhau là sự cần thiết như một thứ dưỡng khí đặc cách cho nhau. Trong hiện thực đời sống sự kỳ diệu đậm nét có lẽ chỉ có ở môi trường văn nghệ, với sự hóa thân say mê như nét thánh hóa đã tạo một sự bền bỉ không ngờ trước được. Năm 1986 Triệu Từ Truyền bước rạng rỡ trở 1ại văn nghệ, bằng sự ra mắt tập thơ Bên Dòng Măng Thít do Hội Văn học Nghệ thuật Cửu Long ấn hành. Triệu Từ Truyền trở lại bằng thi phẩm trên sau hơn 20 năm ấn hình, và bỗng chốc hình ảnh nhà thơ rạng rỡ tinh quang. Tháng 8 - 1990, tôi và Nguyễn Thụy Long, Trần Hữu Dũng, Lê Thị Kim, Bùi Chí Vinh, Nguyễn Quốc Chánh tụ họp tại 81 Trần Quốc Thảo, giữa cơn mưa trưa muộn lất phất đầy thi vị. Bất chợt Triệu Từ Truyền đèo Nguyễn Tôn Nhan quá bước, vai áo còn nặng từng hạt mưa rơi. Nguyễn Tôn Nhan tươi cười giơ tay chào và kéo Triệu Từ Truyền sà vào góp mặt. Vẫn cái thần khí điềm đạm, đĩnh đạc, hai nhà thơ hồn nhiên chìm lắng vào cơn say mộng thực của mọi người. Triệu Từ Truyền ngồi cạnh tôi, với tay mở cặp tặng anh em thi phẩm Dật Dờ Trong Sương vừa mới xuất bản. Giai đoạn sáng tạo tuyệt vời nhất là được trưng bày nhân dáng tác phẩm bằng tất cả sự trân trọng hạnh phúc, *dù đã qua bao bối cảnh khó khăn, nhưng khi đã tượng hình thì phải bừng lên rực rỡ ánh mắt, vượt qua bao bầu khí quyển thiêu đốt vì mỗi kiếp sống trên hành tinh, hạnh phúc nào cũng lớn lên trong niềm khổ ải, đớn đau, để tưởng nhớ rằng mình tồn tại một đời riêng.*

Hơn 20 năm đọc lại tập thơ Dật Dờ Trong Sương trong khoảng thời gian vừa được "mở" của một xã hội mới, phong cách mới mà hình như đã đưa thế sự du nạp vào một vòng chu luân quay cuồng, không biết đến ngày nào thích hợp nảy mầm. Giai đoạn này Triệu Từ Truyền làm người nhận định phê bình, và phong thái thơ anh cũng đổi mới. Sự mờ ảo của một lẽ sống, một nhân dáng kiêu hãnh bước đi trong ý thức dân tộc, có riêng một thời khắc đấu tranh nên cái cương hầu như lấn át cái nhu. Thì Dật Dờ Trong Sương đã đưa đẩy một bóng dáng, một tâm hồn của một người thơ trở lại bản năng diệu vợi tràn đầy kỷ niệm... Hình như, hơi thở và thần khí sáng hóa trong thơ Triệu Từ Truyền vẫn mang đầy kỷ vãng, của dòng thơ Triệu Cung Tinh ngày nào. Nhà phê bình văn học Hoài Anh nhận định:

"*Truyện Kinh Kha thời chiến quốc nhắc đến 3 loại người: loại người khi giận thì mặt đỏ, loại người khi giận thì mặt xanh, loại người khi giận thì mặt trắng. Tôi bất giác liên tưởng tới thơ cũng có 3 loại nhà thơ: nhà thơ làm thơ bằng Tình, xuất phát từ sự rung động của Tâm, nhà thơ làm thơ bằng Khí xuất phát từ sự sôi sục của Huyết, nhà thơ làm thơ băng Tài, xuất phát từ sự Sáng tạo của Trí. Đọc những bài thơ của Triệu Từ Truyền... tôi nghĩ anh làm thơ băng Khí là chủ yếu. Cái Khí ấy đã được nuôi dưỡng trong tâm hồn bao thế hệ người phương Đông kể từ cái thuở Kinh Kha hát trên Sông Dịch*" và hơn nữa, Hoài Anh lại cho rằng đọc thơ của Triệu Từ Truyền khiến ông nhớ đến thơ Trần Huyền Trân, cái khí phách ngang tàng, niềm uất hận, dồn nén trong thơ có nét cổ phong, nhưng mang cốt cách trượng phu phong kiến. Mà cái Khí của thơ Triệu Từ Truyền lại mang âm hưởng siêu hình, tượng trưng...

Dật Dờ Trong Sương là vậy, những năm 1981 – 1990 còn bao quát ngày trở lại của một đêm sương khiến thơ Triệu Từ Truyền chung thủy với cốt cách sôi sục của Huyết, là một người thơ trong 3 loại người thơ, mà anh là một thi sĩ làm thơ bằng Khí. Tôi nghĩ sự phán đoán của nhà phê bình văn học Hoài Anh có một ý nghĩ chân phương trong một giai đoạn thơ, nối tiếp thời trai trẻ của một Triệu Từ Truyền, ông phán đoán một cách chân thật, đầy tâm huyết cho giai đoạn thơ Triệu Từ Truyền tới năm 1990, mà ông nghĩ là hồn nhiên đến ta có một cảm giác lạ: *nối liền quá khứ – hiện tại trong một dòng máu, một hơi thở cùng trong một cơn cuồng nộ trước những gì xúc phạm đến tự do về phẩm giá con người, nỗi đau trước nhân tình thế thái cũng như niềm tin bất tận vào bản tính người…*

Sự nghiệp văn học của nhà thơ vẫn còn dài dằn dặt trước ngõ tới. Chính vậy, những tác phẩm sáng tác tiếp theo từ 20 năm nay, đã nối tiếp những gì quá khứ của tuổi trẻ và sự chân thật đã đưa thơ Triệu Từ Truyền sôi sục của Huyết mà thơ được thai sinh bằng Khí mang nặng chất người. Nói rõ hơn, Triệu Từ Truyền đã đi đến một thái cực, đỉnh điểm trong thơ anh đã chuyển Sang một phong thái tượng trưng đầy nét tâm linh. Đó là bước chuyển mình để bước vào một khuynh hướng mới, khiến Triệu Từ Truyền ngụp lặn trong một triết thuyết nặng đầy tư hướng suy tưởng, vượt thoát khỏi sự hồn nhiên của những thi tập cũ. Năm 1998, khi Triệu Từ Truyền tặng tôi tập thơ Va Chạm Hư Không, với một họa Phẩm của Bửu Chí, thì thơ anh đã có sự chuyển biến sang một hướng đi đầy dịch lý, mang đến cho đời một tư hướng một quan niệm mới trong thi ca, khiến thơ Triệu Từ Truyền có một âm sắc đầy vẻ bay vút làm tan băng giá tinh cầu, như anh thố lộ, âm thanh cháy xanh bắn từ lửa đá, lăn vào tim trôi cháy hạt hồng cầu. Mà tiếng hát dội vào thành xưa, của 4000 năm qua, thành lũy Phù Nam ngập dưới rừng già. Hình ảnh của một ngôn ngữ, dựng lên một hoạt cảnh đầy tiếng dội thiên cổ. Triệu Từ Truyền vẫn nói về *mưa phố, ngược dòng, bông hồng trên biển, cao nguyên cuối thu, Sài Gòn - tôi, chiều Paris...* nhưng cùng một bình minh, mà mỗi hoàng hôn đều khác. Thơ Triệu Từ Truyền lại mang biến đổi dịch lý, mang dáng dấp một phát biểu đầy ngã triết, buộc trói tâm linh kiếp người lỡ vận, xâu lại lời ca thành chuỗi hạt ưu phiền. Cái mới trong tập Va Chạm Hư Không là đưa thơ về một ngõ thưởng ngoạn kỳ xảo hơn, như một vật phẩm cung hiến ngày càng tinh xảo, làm bật lên cung điệu xa vắng, diệu hoặc. Cùng lữ hành bước vào Tình Ngũ Hành của tập Va Chạm Hư Không, ta sẽ thấy rõ ràng hơn 5 hành:

Kim, Mộc, Thủy, Hỏa, Thổ trong 5 đoạn thơ Triệu Từ Truyền, mà nhà thơ muốn bày tỏ một ngữ triết như một con chim lạ hót vang 5 phương Đông Tây Nam Bắc Và Trung Ương hành Thổ:

TÌNH NGŨ HÀNH

em ấn vào dao cau
bén mắt tình sắc ngọt
rèn trong lửa chiêm bao
kết tình trong muôn một

em hiện ra chồi xanh
chân chim gõ rung cành
sớm nứt mình ló nụ
đêm giao thừa trao anh

em nổi giữa lục bình
ôm hoàng hôn bên mình
uống no dòng trong đục
nở tím hoa lênh đênh

em chìm trong đáy lửa
giống mỗi đầu que diêm
anh quẹt sáng một nửa
sợ lòng em ố lem

em trốn sau trang đời
giống mỗi từ chưa viết
hơi em lên chân trời
đất trào dâng cuồng nhiệt.

Đoạn 1, bốn câu thơ ngũ ngôn, tượng trưng cho hành KIM
Đoạn 2, bốn câu thơ ngũ ngôn, tượng trưng cho hành MỘC
Đoạn 3, bốn câu thơ ngũ ngôn, tượng trưng cho hành THỦY
Đoạn 4, bốn câu thơ ngũ ngôn, tượng trưng cho hành HỎA
Đoạn 5, bốn câu thơ ngũ ngôn, tượng trưng cho hành THỔ

Vì nét sáng hóa trong từng thi tập của Triệu Từ Truyền, khiến cho anh càng lúc bừng sáng trong nhiều cái nhìn trong thơ và vạn vật. Chính vậy, tôi đồng ý với nhận xét cúa nhà văn Cung Tích Biền như sau:

Tôi đã đọc những bài thơ của Truyền lúc anh 18 tuổi, 1965. Hồi ấy, tinh anh đã phát sáng nhưng nhẹ nhàng, hiền hòa, mang âm hưởng cổ điển, khí lực lục bát. Thế giới trong trẻo tình yêu của cầu vòng vọng ảo; nó có mơ hồ khắc khoải nhưng chưa đậm tính siêu hình. Hồi ấy anh đã có ý thức bay trong chữ nghĩa, ngây ngất ý tưởng phục sinh, nhưng chưa định hình rõ rệt là một thái độ đánh trả những nan vấn. Anh là một tin vui cho thơ, bấy giờ ta còn phải chờ đợi. Đến hôm nay - hơn 30 năm trôi qua... Triệu Từ Truyền đã ý thức vươn tới, luôn khắc khoải làm mới triệt để từ bỏ mình, tự hủy để hóa thân cùng chữ nghĩa. Tâm thức này thể hiện triệt để các tính cách tận hiến nơi người làm nghệ thuật: lồng lộng bày ra cái thế giới bảng lảng trong sạch, thoát ly thán khí của chính nghệ thuật. Nó chứng tỏ thơ Truyền có tiến trình.

Không hành hương quanh co về chốn cũ, dù đó là đền đài miếu tự của thơ. Anh thảnh thơi trung hòa giữa tình và trí, mộng và thực một cách rất hồn nhiên…

Đêm rất khuya mà nắng rất lạ, một vùng sáng hồn nhiên của Va Chạm Hư Không. Vườn nhà tôi đang tỏa hương, một xuân dạ

CUNG TÍCH BIỀN

(Trích tựa tập tuyển thơ Triệu Từ Truyền, chuyển sang Pháp Ngữ, tháng 3/1999)

Triệu Từ Truyền đã bước đi trên nhiều ngõ ngách kỳ diệu của Thơ. Nhà thơ đã có những kỷ niệm cho hướng tiến bộ hiện đại và cho thơ hướng đi sâu rộng trong những thi tập được xuất bản song ngữ, giới thiệu được ý hướng mới cho người đọc... Lãnh vực đang hướng tới, Triệu Từ Truyền bước qua nhận định, sáng tạo lý triết và lập thuyết, với nhiều tác phẩm nhận định về văn học hiện đại, như tác phẩm Tương Tác (NXB Văn Học, 2005), Những Chữ Qua Cầu Tâm Linh (tiểu luận, tản văn/ NXB Văn Học, 2008), đã nâng bước đi của nhà thơ, nhà văn hóa Triệu Từ Truyền bằng một sự dâng hiến cho Thơ và Tâm Linh, chiếc cầu sáng hóa bắc giữa đôi bờ hư thực vậy…

NGÔ NGUYỄN NGHIỄM

Viết tại Thư trang Quang Hạnh

Tháng 5/2011

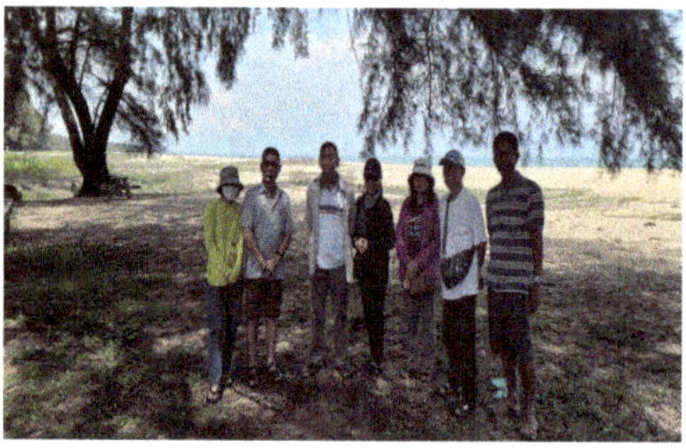

LÂM HẢO DŨNG
Ảnh Tượng Mơ Hồ Những Lệ Ma

Những người tôi biết chân thầm bước
góp lại nghìn chương sử tích buồn
góp lại nỗi sầu chưa nhặt được
giữa thời đen tối của quê hương…

hãy nhìn bãi cát vàng xa tắp
hãy cứ hoài trông biển mãi xanh
thấm trong cát bể hồn u uất
xương thịt hòa tan máu nhạt tanh…?

trong buổi chiều run nắng nhạt nhoà
lòng sầu như thể mới hôm qua
còn thơm nguyên trạng bao hình bóng
ảnh tượng mơ hồ những lệ ma…

LÂM HẢO DŨNG

Ảnh: Bãi biển Ao Manao- Narathiwat –Thái Lan là mộ của hàng trăm thuyền nhân Việt Nam, nay đã mất dấu tích.
Riêng mến tặng: K.N, Cô Ngọc Ân, Khải, anh Minh, cô Nhung…

QUYÊN DI

ĐÊM TỬ ĐẰNG

Trăng khuyết đã lên ngang đầu núi
Vườn khuya không một tiếng chim kêu.
Tử đằng nở muộn trong đêm tối
Chẳng để ai hay nét diễm kiều.

Có người lặng lẽ êm chân bước
Dưới ánh trăng mờ giữa vườn đêm.
Hoa tím nở khuya không giấu được
Vẻ ngọc dường như nõn nà thêm.

Hoa toả mùi hương trong gió thoảng,
Ngất ngây người đặt cánh môi hôn.
Tử đằng run rẩy, người choáng váng,
Phách lạc làm rơi cả trí khôn.

Trăng đã nấp sau vầng mây bạc
Không gian thinh lặng rất lạ thường.
Bỗng thoáng xa nghe dòng thiên nhạc
Thả xuống gian trần giữa màn sương.

Tỉnh giấc hồ sau đêm nở muộn
Tử đằng lộ hết vẻ xinh tươi.
Cánh hoa tím đậm còn hơi hướm
Một chút đam mê của dáng người.

QUYÊN DI

QUYÊN DI

HƯƠNG HOA NGÀY CŨ

Đêm xuân, hương hoa bưởi thơm nồng nàn cả ngoài vườn lẫn trong nhà, len vào tận giấc ngủ mơ màng của một gã đàn ông luống tuổi. Trái tim chợt thức giấc, tôi cảm thấy có gì bồi hồi, rạo rực tận đáy lòng đã từ lâu yên tĩnh.

Hương hoa bưởi đưa tôi về ngày xưa, với những mùi hoa dĩ vãng.

Ngày ấy là tuổi xuân, mắt còn sáng và tóc đang xanh, cuộc đời tôi ngan ngát những hương hoa.

Có ngày cuối tuần nào đó, sáng tinh mơ lái xe trên xa lộ Biên Hoà. Ở xóm bên đường, có nhà ai trồng cau. Thân cau cao vút, ngọn cau mang những bẹ hoa, đưa hương thơm ngát cả không gian.

Làm sao tả cho được cái mùi hương vừa nồng nàn, vừa nhẹ nhàng và thanh khiết ấy? Không diễn tả được, không phân tích được, chỉ biết đưa lòng lên tới ngọn cau mà tận hưởng hương hoa.

Nắng đã lên, mềm như lụa, vàng và trong như hổ phách, ấm áp như thân thể thiếu nữ đang tuổi biết yêu. Tôi đến một nếp trại nằm khuất sau những vòm cây êm mát bên suối Lồ Ồ. Đó là trang trại của gia đình một cô học trò. Hai bên con đường đất dẫn vào khu nhà bên trong là những cây ngọc lan vàng đang độ nở hoa. Ở Việt Nam, vào lúc ấy, tôi chỉ thấy nơi này có hoa ngọc lan vàng. Nó không phải là ngọc lan trắng, cũng không phải là hoàng lan mà người ta thường gọi là lan tây. Ngọc lan vàng cho mùi thơm dịu hơn và thân mật hơn so với ngọc lan trắng. Hôm ấy sao tôi thấy màu vàng đáng yêu quá. Màu vàng của nắng, và màu vàng như những đốm nắng trên vòm lá xanh của những bông ngọc lan, sao mà kỳ diệu. Cô học trò đứng trước cửa đón tôi với nụ cười thật xinh. Môi cô thắm quá. Cô mặc áo lụa vàng. Trông cô tươi tắn và quý phái như một bông cúc vàng đại đoá. Hoa cúc đã cho tôi hương thơm hăng mà nhẹ trong những ngày đầu xuân và t rong cả những buổi vào thu.

Tôi ăn một bữa ăn ngon và ngủ giấc trưa dưới bóng cây ngọc lan vàng. Cô học trò ngồi bên cạnh, hát vu vơ cho tôi nghe. Tôi ngủ êm đềm trong tiếng hát. đến, tôi chào cha mẹ cô học trò và chào cô nữa rồi ra về. Cả gia đình ân cần tiễn tôi ra tận cổng.

Nhưng mà trả về ngay, tôi ghé nhà một cô bạn thơ bên Gia Định. Cô bạn ấy, tôi quen từ thời trung học. Một buổi trưa nắng chang chang, tôi đã lẽo đẽo đạp xe theo anh bạn cùng lớp từ SàiGòn sang Gia Định, đến nhà cô bạn thơ này để anh giới thiệu tôi với các bạn trong thi văn đoàn của anh ấy, hôm nay có buổi họp mặt. Đến nơi tôi mới biết anh có bút hiệu là Mai Hậu. Trước đây, đến nhà anh, tôi chỉ thấy người nhà kêu anh là thằng Hai Mậu! Còn cô bạn này làm thơ nên cả nhóm (đều chỉ viết văn) gọi cô là nàng thơ. Cho đến khi ấy nàng thơ cũng chưa có người yêu, vì điều kiện để nàng thơ chọn làm người yêu là phải hiểu thơ cô. Không ai hiểu thơ cô cả. Cô có những câu thơ đại để như "Trăng đã lên mà lòng chưa thù hận." Làm sao mà hiểu được những câu thơ thần bí kiểu như thế! Tôi cũng không hiểu nên không bao giờ là người yêu của cô.

Nhưng chúng tôi là bạn, bạn thân.

Cô bạn thơ mừng rỡ khi thấy tôi đến. Cô tự nhiên nắm tay tôi, dẫn ra bờ con rạch sau nhà.

Những cô con gái miền Tây hồn nhiên và dễ thương như thế đấy. Chúng tôi ngồi dưới gốc cây khế trên bờ rạch. Không thấy có con chim thần nào đến ăn khế để gia đình cô bạn thơ có cơ hội may túi ba gang. Nhưng chiều nay hoa khế tím rụng xuống mái tóc cô làm cho cô đẹp lung linh, đến độ suýt nữa tôi phải lòng cô. Màu tím của hoa khế sao mà dịu mà êm. Còn hương thơm của hoa khế thì ơi chao là kỳ diệu. Cho đến mãi hôm nay, lục lại trí tưởng, tôi vẫn không dứt khoát được giữa hoa cau và thơm ngát cả không gian, và mái tóc cô bạn thơ cũng thơm mùi hoa khế ấy.Trời chạng vạng tối, đúng lúc cơn mưa bất ngờ đổ xuống. Hai chúng tôi lúp xúp chạy vào nhà.

Chắc tôi phải ngồi chờ mưa tạnh thôi. Cô bạn thơ nhìn tôi, cười chúm chím: "Ông ngồi chơi, tui làm kho quẹt cho ông ăn." Chừng nửa tiếng sau, mùi kho quẹt thơm lừng cả nhà. Mâm cơm được dọn ra, chỉ có cơm nóng, một niêu kho quẹt và một đĩa lớn đậu bắp, bầu, cà rốt, khổ qua, cải xanh, cải ngọt, su su… hấp chín. Tôi, anh chàng Bắc kỳ, bữa đó được cùng với cô bạn thơ người miền Tây và ba má cô ăn một bữa kho quẹt ngon để đời, đang khi ngoài trời mưa đổ như trút nước. Coi bộ tôi mê kho quẹt cô làm hơn là mê thơ cô sáng tác!

Bác trai rất ít nói, nhưng bác gái nói cười luôn miệng. Đang bữa ăn, bác gái nói với tôi: "Cậu nhắm coi có anh bạn nào cũng hiền lành, tử tế, lịch sự cỡ như… cậu, giới thiệu cho con Hương nhắm coi có anh bạn nào cũng hiền lành, tử tế, lịch sự cỡ như… cậu, giới thiệu cho con Hương nhà tui đi." Tôi trả lời một cách thận trọng: "Dạ, cô Hương cổ kén lắm, bác à." Bác gái nói luôn:

"Kén gì chớ! Mình con nhà thường dân, chớ có phải là công chúa, tiểu thơ chi mà kén với chọn.

Kén quá, coi chừng phải sửa kinh cầu Chịu Nạn đó!" Tôi chưa hiểu rõ nên tỏ ra ngơ ngác. Bác gái giải thích: "Con nhà có đạo mình tất phải biết kinh cầu Chịu Nạn. Đó là kinh cầu kể về cuộc chịu nạn chịu chết của Chúa Giêsu để cứu chuộc nhơn loài. Trong kinh cầu này có câu 'Chúa Giêsu thương hết người thế.' Con Hương nhà tui mà kén chọn quá, có ngày nó phải sửa câu đó thành 'Chúa Giêsu thương hết người ế' cho coi!" Nghe tới đây, bác trai buông đũa, cười thành tiếng. Cô bạn thơ thì đỏ mặt, cúi đầu nói nho nhỏ: "Má… kỳ!" Còn tôi thì ngồi im, không biết nói sao.

Mưa tạnh từ lúc nào. Qua cửa sổ nhìn lên bầu trời, đã thấy những vì sao lấp lánh trên cao. Tôi đứng lên chào ba má cô bạn thơ để ra về. Cô bạn tiễn tôi đến tận cổng vườn; ngay đó có cây bưởi đang ra hoa. Cơn mưa làm những cánh hoa bưởi rụng xuống đất, trắng như bông nõn, nhưng trên cây vẫn còn rất nhiều hoa. Hoa bưởi thơm quá. Tối về đêm đến, hoa bưởi càng thơm hơn nữa.

Lại một mùi hoa nồng nàn mà tinh khiết. Tôi chợt nhớ câu thơ của Xuân Diệu: "Hoa bưởi thơm rồi, đêm đã khuya…"

*

Đêm nay, ở một nơi rất xa quê hương cũ, gã đàn ông luống tuổi mơ màng trong hương thơm hoa bưởi. Hương hoa khiến cho gã ngỡ mình còn trẻ, tuổi còn xuân, mắt còn sáng và tóc đang xanh; ngỡ cuộc đời còn ngan ngát những hương hoa cau, hoa ngọc lan, hoa cúc, hoa khế, hoa bưởi...

Con tim gã chợt thức giấc, gã cảm thấy có gì bồi hồi, rạo rực tận đáy lòng đã từ lâu gã tưởng là yên

QUYÊN DI

SA CHI LỆ
DÒNG THƠ SA CHI LỆ

Từng bước em chạm hồn đau thế kỷ
Lắm chông gai dối trá lẫn ân tình
Em cõng đời hay mầm sống hồi sinh?
Niềm hy vọng xanh dòng theo nhịp thở…

Tóc em bay thu nghiêng trời suối ngọc
Sợi tương tư lãng đãng dốc sương mù
Ta gõ cửa cơn mơ vừa tỉnh giấc
Em chim trời đậu trên nhánh phiêu du

Lời khấn nguyện trăng soi như hé nụ
Nghìn dòng sông tìm theo dấu xuôi nguồn
Con đường về dù trăm ngàn trắc trở
Làm sao bằng tiếng mẹ gọi nhớ con

Ta tự chúc mình tuổi đời lộn ngược
Để thấy đời còn rạo rực hương yêu
Mấy mươi năm nếm cay chua ngọt đắng
Mãi si mê mắt biếc ảo mây chiều…

Em vén hoàng hôn bềnh bồng chết lặng
Dáng nghiêng thành ngây ngất thẹn Ngu Cơ

Muốn bước đi không đành tình quay lại
Hóa thành ong bướm rũ cánh dại khờ

Ta phóng bút ngại ngùng thành vô nghĩa
Gom sao trời thành mộng mị đôi tay
Thơ ta bay đường khuya dường nín thở
Bởi mùi hương đốt cả một rừng thơ…

Em mỏng quá xin mưa hãy ngừng lại
Keo nhân gian ngơ ngác lạc lối về
Đồi ẩn hiện dòng sông kỳ diệu sóng
Rừng hoang sơ vuốt nhẹ đẫm sương mê

Trời ôm nắng tiếng hót chim gọi gió
Thổi búp măng hé đôi cánh thiên đàng
Tỏa mùi hương rộn ràng khoe đồi ngọc
Tình vân vi đêm xuống phố ngoan hiền

Em níu gót đốt tim người nóng chảy
Tình lên men khi giấc ngủ cô đơn
Ta thẫn thờ nhìn đèn đường mờ ảo
Chợt hỏi mình còn lại chút phong sương

SA CHI LỆ

NHẬN ĐỊNH

LƯƠNG THIÊN VĂN

ĐỌC LẠI TRUYỆN NGẮN DÌ LUCIA CỦA NHÀ VĂN MANG VIÊN LONG: "DÌ LUCIA LUÔN Ở TRONG TRÁI TIM TÔI!"

.

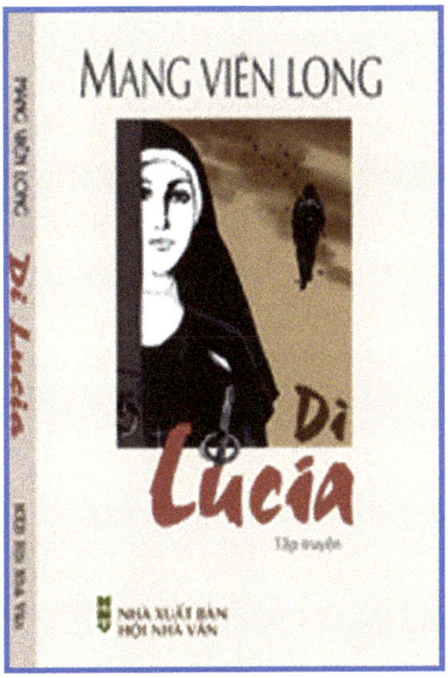

Tôi với nhà văn Mang Viên Long có mối giao tình khá đặc biệt: Khi trở lại diễn đàn văn nghệ sau nhiều năm ngừng viết, tình cờ một hôm tôi lạc vào trang blog của anh có đọc mục thông tin: Anh muốn tìm lại những tác phẩm của mình viết trước năm 1975 đã thất lạc, tôi lại còn giữ nhiều tạp chí văn học xuất bản vào những năm tháng đó như Văn, Văn Học, Bách Khoa, Tuổi Ngọc …Thế là tôi lục tung lại những trang sách cũ và viết một bản liệt kê chi tiết tên các tác phẩm của anh có mặt trong các tạp chí mà tôi tìm thấy gởi anh để anh xem lại có còn thiếu tác phẩm nào và tôi chịu khó scan lại từng trang sách gởi cho anh. Anh rất vui mừng, từ đó chúng tôi thường liên lạc và gởi tác phẩm tặng nhau để đọc khi có thể. Tập truyện ngắn Dì Lucia là tập truyện ngắn đầu tiên anh tặng cho tôi vào thời gian ấy.

Truyện ngắn Dì Lucia là truyện ngắn thứ hai trong 13 truyện ngắn của tập truyện cùng tên Dì Lucia. Thông thường, trong toàn tập, tác giả vẫn chọn một tác phẩm ưng ý nhất để đặt tên chung cho tác phẩm, và tôi cũng thường có thói quen đọc trước truyện ngắn nầy để xem tác giả gởi gắm những gì.

Giáng Sinh 2013 một ngày - ngày 25 -12 - 2013. Sở dĩ tôi nhắc đến lễ Giáng Sinh ở đây vì trong truyện ngắn Dì Lucia có một chi tiết đáng nhớ, lời hẹn của người lính với người nữ tu có vẻ đẹp hiền dịu thánh thiện sẽ về ngày Giáng Sinh nếu mình còn sống là một nỗi ám ảnh khôn nguôi, bắt người đọc phải nhớ mãi.

Đã là "truyện" thì người viết có quyền hư cấu nhân vật, sự việc theo ý đồ sáng tác của mình. Nhưng trong nhiều truyện ngắn mà nhà văn Mang Viên Long đã viết, ta lại bắt gặp đâu đó cuộc đời của anh được thể hiện trong những thời điểm, trong những năm tháng thăng trầm từ thời thơ ấu, đến lúc trưởng thành, trong chiến tranh và những năm tháng sau 1975 khi hòa bình trở lại. Nhân vật "tôi" trong Những Mùa Trăng Có Nhau, Chị Sáu Cô Đơn, Cho Dẫu Muộn Màng. Là "Quế" trong Cám Ơn Nhau, "Nguyên" trong Mặt Trời Trên Những Đám Mây, "Viên" trong Từ Giấc Mơ Đến Cuộc Đời và Người Lưu Giữ Bản Thảo, "Thạch" trong Ăn Tết Ở Chùa và truyện ngắn Dì Lucia không phải là trường hợp ngoại lệ. Truyện ngắn đã tạo cho tôi sự chú ý ngay từ đầu như thế…

Nhân vật "tôi" - người lính – trong một lần di chuyển từ chỗ công tác tới nhà thờ T.A. để nghỉ đêm, tình cờ gặp dì Lucia đang đứng trước cổng cô nhi viện nhìn bâng quơ ra cánh đồng trước mặt. Vẻ đẹp thuần khiết, hiền dịu của người nữ tu là một vẻ đẹp mà người lính miêu tả là chưa hề gặp một người nữ nào có một vẻ đẹp, vừa quyến rũ, vừa thánh thiện như thế. Có lẽ vẻ đẹp dịu dàng, trong sáng của dì Lucia ngay từ đầu đã làm tâm hồn người lính trẻ dịu mát đi bởi không khí ngột ngạt của chiến tranh.

Chúng ta thử hình dung tâm trạng của người lính như thế nào trước nét dịu dàng, trước ánh mắt nụ cười đầy hồn hậu của người nữ tu có tên thánh Lucia nầy: " Dì Lucia quay vào bệnh viện. Bước đi vội vàng. Bước đi thoăn thoắt. Những bước chân dì dầu có vội vã, nó vẫn là những bước chân êm ái nhẹ nhàng như những bước chân chim. Chim sẻ. Thực sự là tôi ngơ ngẩn vì những bước chân dịu dàng đó. Tôi nhơ: "Lúc nào rảnh, mời ông đến chơi". Lời dì Lucia thốt lên tự nhiên ngọt ngào quá. Bây giờ tôi đã được rỗi rảnh đây, tôi muốn được đi theo dì vào viện, tôi muốn được nhìn lại nụ cười ánh mắt ấm cúng hồn hậu của dì lúc này."

Có một chút gì đó làm xáo trộn tâm hồn người lính nhỉ? Những ngày ngắn ngủi ở lại công tác, người lính thường ghé nhà thờ thăm viếng dì Lucia. Một tình cảm nhẹ nhàng đã đến với người lính như chính người lính đã thú nhận:

"Tôi đã yêu dì Lucia. Điều đó hẳn là dì Lucia cũng nghiệm thấy. Phần tôi, tôi chưa thể đoàn biết rằng dì có nghĩ gì về tôi, có giống như tôi đã yêu và nhớ dì ngay trong giấc ngủ. Tôi chỉ thấy dì thực vui khi gần tôi, nói chuyện, và dì trầm lặng khi nghe tôi từ giã. Tôi đọc được ở đôi mắt dì nhiều hơn là lời nói. Đôi mắt ấy thực tinh khiết và nồng nàn."

Họ chia tay nhau, người lính trở về với đơn vị của mình với một lời hứa khi dì Lucia hỏi: "Giáng Sinh nầy anh có thể tới vui với mấy em ở cô nhi viện không", người lính đã quả quyết: "Tôi sẽ tới, thưa dì. Chắc là ở đâu tôi cũng sẽ về đây ngày Giáng Sinh…Dì hãy cầu nguyện cho tôi còn sống để trở lại". Nhưng lời hứa đó đã không thực hiện được. Một lời hứa đã làm ray rứt người đọc dù người lính vẫn còn sống, chiến tranh mà trách ai được…

Đọc lại Dì Lucia, tôi có một tưởng tượng khá thú vị: Phải chi ngày đó chiến cuộc không trở nên dữ dội khốc liệt, thời cuộc đã thảy các anh từ nhà trường vào quân trường, đại đội anh không về công tác ở huyện Ninh Hòa, xã Ninh Đông, anh không gặp Dì Lucia, chắc có lẽ không có truyện ngắn hay cho chúng ta đọc. Phải chi bản thảo viết tay ngày đó anh gởi cho Bách Khoa bị ông Lê Ngộ Châu gác lại (hay bị lạc mất trên đường), phải chi sau cuộc binh lửa và những bể dâu cuộc đời, anh không được nhà văn Trần Huiền Ân photo cho lại truyện Dì Lucia đăng trên số Bách Khoa 384 mà anh bị 'thất lạc" thì có lẽ Dì Lucia đã nằm im trong lớp bụi thời gian không đến được với chúng ta hôm nay. Dì Lucia đã trở về với anh sau mấy mươi năm xa cách. Đó cũng là một duyên lành mà từ lâu anh nghiệm ra được từ khi anh tìm đến Phật.

Nhưng có thể đó cũng là cái duyên chưa thật trọn vẹn. Như anh từng tâm sự:

”Vào dịp Giáng Sinh năm nay (2013), tập truyện ngắn thứ 15 (tác phẩm thứ 18) của tôi sẽ được phát hành, có tên là Dì Lucia" - để nhớ lại một thời không thể nào quên của tháng năm gian nan, khổ ải! Sau hơn 40 năm "xa dì Lucia", hôm nay, nếu Dì còn ở đâu đó trong một chủng viện (hay nhà thờ nào), thì tuổi đời trên 60 rồi! Còn tôi? Tôi đang bước vào tuổi 70, đón Giáng Sinh trong niềm cô độc, bỗng nhớ hình bóng Dì. Tôi đã "thất hẹn" với Dì Lucia, bởi vì – tôi vẫn còn sống sau cuộc đao binh, mà vẫn chưa có dịp nào trở lại ngôi nhà thờ xưa, để được "vui với mấy em" như đã hứa, vì cuộc sống gian truân …

Ai có biết Dì Lucia bây giờ đang ở đâu, xin chỉ giúp. Tôi muốn tạ lỗi cùng Dì, và gởi đến Dì Lucia một câu: *"Chúc Dì một mùa Giáng Sinh vui vẻ, an lành, hạnh phúc*" ”

Tôi nghĩ anh hỏi là hỏi vậy, hỏi để cho lòng mình thanh thản vì trong lòng anh luôn thấy mình mắc nợ một lời hứa với Dì Lucia và dù Dì Lucia ở đâu di nữa, còn sống hay đã mất (điều mà anh cũng như tôi và các bạn đọc của tôi không mong xảy ra) thì Dì Lucia luôn ở trong…trái tim anh. Chúng ta còn nhớ trong một lần nhà văn Mang Viên Long mạn đàm với nhà thơ Cao Thoại Châu - nhà thơ có thắc mắc: "Trở lại với "Dì Lucia", gợn lên tình yêu như cái mầm…không mọc tiếp (nhưng cũng không thui chột), người nữ tu nầy rất "người" một cách trong sáng, phần tôi rất mê những chút tình lãng mạn, éo le mà sương khói như thế". Kết thúc truyện: "Tôi sẽ tới, thưa dì. Chắc là ở đâu tôi sẽ về đây ngày Chúa giáng sinh. Dì hãy cầu nguyện cho tôi còn sống để trở lại". Hòa bình hơn 30 năm, không còn nỗi sợ chết của người lính bị động viên, anh có biết Dì Lucia ở đâu?". Tôi đã vui vẻ trả lời anh:"(…) Tôi biết! Dì Lucia ở tại Ninh Hòa (thời điểm 1972-73) và sau đó, cho tới hôm nay sau hơn 30 năm, Lucia đang ở trong… trái tim tôi!" "

Tôi hiểu một nữ tu như dì Lucia, khi đã khoát cho mình bộ áo choàng trắng của nhà thờ, người nữ tu ấy đã từng đứng trước tượng Chúa với lời khấn nguyện thành tâm dâng hiến cả cuộc đời mình cho Chúa, phụng sự cho những đức tin mà mình đã xác lập :”Lúc nào rảnh, mời ông tới chơi, giờ tôi phải đi chích thuốc, rồi lo tắm rửa, coi sóc chỗ ngủ cho lũ nhỏ” thì nếu tình cờ (hay có người biết tin nhắn gởi) tôi chắc chắn rằng dì Lucia sẽ mỉm cười với nụ cười đôn hậu và có thể người nữ tu ấy đứng trước tượng Chúa mà cầu nguyện:”Cám ơn Chúa, ông ấy vẫn còn sống!”. Người lính ấy đã trở về sau cuộc binh lửa, trong nhiều mùa Giáng sinh thanh bình đã trôi qua, dù không đến được viện mồ côi để chung vui với các em trong viện cùng dì như lời đã hứa năm xưa.

Tôi cũng cho rằng nhận xét của Ngọc Bút trong bài “Những nhân vật” trong truyện của anh Mang Viên Long là có cơ sở: “*Có thật là có một Dì Lucia như vậy trong đời thực không? Đẹp thì tôi thấy nhiều soeur rất đẹp rồi, nhưng hiền thì... Tôi thực sự bị ấn tượng bởi vẻ đẹp hiền dịu trầm tĩnh của Dì Lucia, rất tương phản với những gì thuở nhỏ tôi nghĩ về các soeur. Thâm tâm tôi thuở ấy cũng cho rằng các soeur ... không biết yêu, hay ít nhất cũng không được phép nghĩ đến tình yêu nam nữ bình thường, mà chỉ ... yêu Chúa, nên mối tình của Dì Lucia và nhân vật người lính trong truyện đã rất cuốn hút tôi thuở mới lớn mơ mơ màng màng. Mãi sau nầy lớn lên, tôi mới nhận ra, thực ra Dì Lucia và người lính, cũng như những nhân vật khác, chỉ là cái cớ để bạn tôi, tác giả, nói lên khát vọng Hòa Bình của mình. Khát vọng ấy là muôn thuở, hiển nhiên. Cũng là điều rất hiển nhiên, khi Dì Lucia bày tỏ tình yêu của mình bằng ánh mắt nồng nàn với câu nói ”Tôi cũng là* một con người”...”

Nếu bạn đọc tinh ý một chút, sẽ dễ nhận ra trong truyện ngắn Dì Lucia bóng dáng của chiến tranh luôn lẩn khuất đâu đó như một bóng ma ám ảnh và đe dọa cuộc sống của mọi người. Một bức tranh u ám buồn bã, ảm đạm qua những vùng đất mà người lính và các bạn anh đã đi qua, sự bất lực trước hoàn cảnh không thể làm gì hơn được; anh nhìn thấy bóng nắng mỗi lúc một vàng võ, yếu ớt hơn:

“Suốt ngày nay, chúng tôi đã theo trung đội nghĩa quân, nhân dân tự vệ, cảnh sát xã, đến ấp X.M - một ấp được ghi nhận tình trạng an ninh yếu kém nhất của xã. Theo sự lưu ý của ông cuộc trưởng, tôi nhìn thấy bất cứ ngôi nhà nào của ấp nầy cũng có một chiếc bàn thờ, nhang đèn nghi ngút. Dân cư thưa thớt, từng ngôi nhà rải rác, vườn tược hoang vắng, tôi chỉ gặp được toàn đàn bà, con nít và ông già…Hình ảnh kham khổ của họ đã cho tôi nhìn thấy rõ chiến tranh, thù hận, là một điều đáng ghê tởm, và đáng nguyền rủa nhất. Có bao giờ những người chủ chiến nhìn thấy được những nét mặt, những đời sống cùng khổ này không".

Cái chết luôn là lời dự báo trước không tránh khỏi vì súng đạn bao giờ cũng vô tình như lời nói của người lính với Dì Lucia:

"- Đâu có gì là nhiều, thưa dì. Sống như tôi mà không có hy vọng, ước mơ, thì khổ chết. Đời lính ngắn ngủi và buồn lắm – không biết "ra đi" lúc nào!"

" - Tôi sẽ tới, thưa dì. Chắc là ở đâu tôi cũng sẽ về đây ngày Giáng Sinh… Dì hãy cầu nguyện cho tôi còn sống để trở lại"

Và những ước mơ về một ngày Hòa Bình được trở về dạy học, được vun xới một mảnh vườn, được viết những điều muốn viết. Một ước mơ thật bình dị nhưng lại khó thực hiện, ít ra trong thời điểm hiện tại. Niềm khao khát Hòa Bình đối với người lính trong chiến tranh là một điều hiển nhiên dễ hiểu, bởi vì trước hết – họ cũng là một con người!.

Một mùa Giáng Sinh mới sắp đến làm tôi lại nhớ đến đoạn cuối của truyện Dì Lucia:

"…dì Lucia đã quay lại hỏi: "Giáng sinh nầy ông ở đâu?"

Thưa dì chưa rõ được.

Dì Lucia cười;

Tôi hỏi để coi ông có thể tới vui với mấy em ở đây được không?

Tôi quả quyết:

Tôi sẽ tới, thưa dì. Chắc là ở đâu tôi cũng sẽ về đây ngày Giáng Sinh… Dì hãy cầu nguyện cho tôi còn sống để trở lại!."

Vậy thì Dì Lucia bây giờ đang ở đâu? Ở đâu thì tôi không rõ nhưng tôi biết chắc chắn rằng Dì Lucia luôn ở trong trái tim anh, phải không anh Mang Viên Long?

Nhà thơ Trịnh Bửu Hoài đã có nhận xét khá sâu sắc về cách viết truyện ngắn của nhà văn Mang Viên Long mà với tôi có nhiều điểm khá tương đồng:

"...Truyện ngắn của anh như tấm gương soi vào thân phận, tình yêu tuổi trẻ, khi "...mọi bả xa hoa sung túc đều làm thui chột hết mọi niềm tin, phấn đấu nơi con người". Khi đọc truyện anh, tôi hiểu thêm cuộc đời bất hạnh của anh, và từ hoàn cảnh nầy, anh đã đi lên bằng đam mê và nghị lực. Anh dạy học và viết văn. Những trang viết của anh đầy ắp tình người và khát vọng yêu thương..."

Ngày 22/7/2020 lúc 14 giờ nhà văn Mang Viên Long đã từ giả chúng ta sau một cơn đột quỵ tại thị xã An Nhơn Bình Định thọ 76 tuổi, để lại cho đời hơn 30 tác phẩm đủ thể loại từ truyện ngắn, tạp bút, tiểu luận, hồi ký, thơ... Ở tác phẩm nào cũng lấp lánh những trang văn đầy tính nhân văn và mang nặng tình người như thế.

LƯƠNG THIÊN VĂN

Viết xong mùa Giáng Sinh 2014,

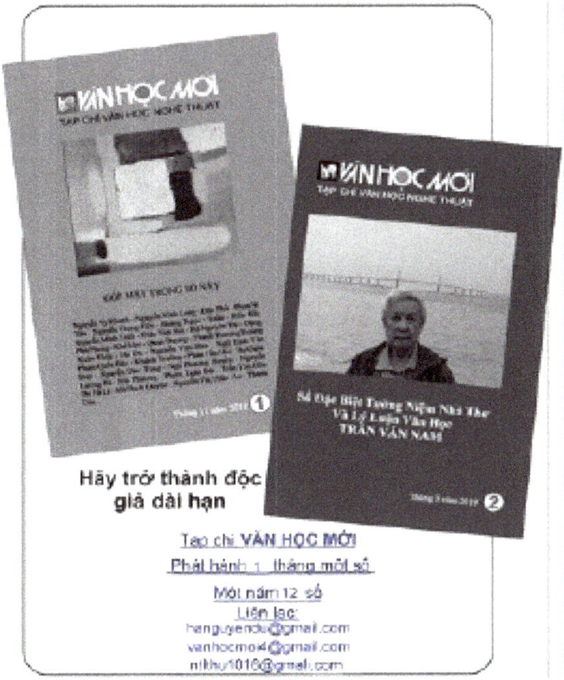

KHALY CHÀM
đường dẫn chạm siêu tưởng

Hồn nhiên những ngón tay
chắc hẳn chưa muốn vờn lên mặt những kí tự
lệnh thức bất lực trước cú pháp của ngôn từ

chỉ cần nhắm mắt
ý tưởng vời vợi hiện tiếng gõ phím reo lên
nhịp sống đánh cắp sự chậm rãi
những âm bản hiện hình bấu víu ánh sáng
những khoảng trắng nhập nhòe quang phổ

từ bên kia cánh cửa từ vựng
thơ mở mắt ngổn ngang âm tiết
chân lý trần thế chẳng khẳng định sự đi chậm ngược vòng
treo tạp niệm đen trên ngọn lửa nến

thành phố ngả nghiêng gợn sóng trôi hoang
tinh thể lỏng bập bênh nhung nhúc mặt người

thiên hạ nằm trên cỏ xanh dần mọc rễ
thích hình dung tâm thức cháy máu
cây đời vẫn đứng với giấc mơ cắt rời định nghĩa
nhẹ hẫng đầu ngẫu nhiên chạm nụ cười của lão márquerz

KHALY CHÀM

KHALY CHÀM
hiện thể bất biến

Khi linh hồn hội tụ thành ánh sáng
thể biết liên tục nổ vỡ trong những khái niệm
hiện tại và quá khứ chỉ cách nhau khe hở

cho dù được tính bằng mi rô mét
sự nhẫn nại để chui qua chạm mặt bóng tối
mật ngữ tùy thuộc lập trình chờ ngày khởi diễn

siêu vi trùng ác tính hiện hình im lặng kháng thuốc
mặt trời ám tượng chìm xuống tận đáy của đêm
hàng triệu con mắt bùng cháy tia lửa máu

rỗng rang hình hài người đi như chạy
phù sa châu thổ vùng miền núi non nghẹn thở
vô cảm mặt nạ phù điêu điên rồ ảo tưởng
nhân danh lời thượng đế dán lên mặt đồng bào

xác chết không biết phản kháng
âm vang tiếng gọi tên nhau trong lòng đất
lửng lơ ngọn đèn mù đồng lõa với ảo ảnh trá hình
tìm cách trú ngụ vào những kẻ tay gầy guộc thắp sáng
niềm tin
ca từ quê hương được chôn cất trong thanh quản

KHALY CHÀM

MINH NGUYỄN.
LÝ SƠN VƯƠNG QUỐC TỎI.

Chuyến công tác của tôi tại Quảng Ngãi không ngờ lại kết thúc sớm hơn dự kiến đến vài ngày. Tận dụng thời gian này, tôi muốn ghé thăm Nguyện, cô sinh viên hai năm trước đã thuê phòng trọ học ngay cạnh nhà tôi, để học nốt những năm cuối của ngành du lịch. Khổ nỗi, trước khi ra trường về quê tìm việc làm, tôi quên không hỏi xin địa chỉ nơi cô, mà chỉ nghe kể loáng thoáng trong một lần tâm sự, rằng gia đình cô sống ở ngay biển Mỹ Khê này. Bởi. Tôi đâu ngờ có ngày lại đứng ngay trên bãi biển quê hương cô. Nghĩ. Việc đi tìm nhà cô giữa khu dân cư đông đúc như thế này, chắc cũng không thua gì chuyện mò kim dưới đáy biển. Cực chẳng đã, tôi đã phải nhờ vào danh bạ điện thoại, lục tìm số để gọi cho cô mà trong lòng thấp thỏm cầu mong sao số điện của cô vẫn như cũ..

Chuông reo. Giọng nữ trong trẻo từ đầu dây bên kia mừng rỡ, hỏi:

- Anh Nguyên phải không?

Tôi không sao giấu được sự hồi hộp đáp:

- May mắn là số điện thoại của em không thay đổi..
- Anh đang trong Sàigòn hay đâu?
- Hiện tai anh đang có mặt tại bãi tắm Mỹ Khê - Quảng Ngãi.
- Anh ra công tác hay có việc gì?
- Công tác. Nhưng giờ công chuyện đã xong, anh định ghé qua nhà thăm em đây. Em có nhà không?
- Em xin lỗi anh, ở Mỹ Khê hiện chỉ có gia đình em ở đó thôi, còn em đang ở ngoài đảo Lý Sơn kia.
- Em làm gỉ ngoài đó?
- Kinh doanh ngành công nghiệp không khói ạ.
- Chính xác lĩnh vực nào?
- Em mở một cái homestay.
- Nhất em rồi, vì có mấy ai ra trường được làm đúng ngành

nghề mình đã học đâu.

- Vậy sáng mai mời anh ra đảo chơi với em một chuyến?

Tôi thắc mắc hỏi ngược lại cô:

- Cơ duyên nào khiến em lại chọn Lý Sơn để khởi nghiệp vậy?

- Chẳng giấu gì anh, sau khi tốt nghiệp về lai quê nhà, em dành ra một thời gian đi tìm hiểu công việc nhiều nơi, cuối cùng nhận ra tiềm năng du lịch ở đảo Lý Sơn còn rất lớn. Bởi. Lúc này người làm du lịch ở đó chưa nhiều, chưa thật sự chuyên nghiêp, nên em bàn với gia đình cho mượn miếng đất của ngoại bỏ không từ nhiều năm, để kinh doanh ngành du lịch. May thay, gia đình em chẳng những đồng ý, mà còn hổ trợ cho em hết mình trong việc khôi phục lại ngôi nhà cũ; đồng thời, xây dựng thêm vài gian nhà sàn bằng gỗ, vừa thân thiện với môi trường vừa đở tốn kém.

- Từ biển Mỹ Khê ra đến chỗ em bao xa?

- Sáng sớm, anh di chuyển bằng xe ôm đến cảng Sa Kỳ chừng 10 phút, kế đó ngồi tàu cao tốc 30 phút nữa, sẽ ra đến đảo Lý Sơn.

Sau vài phút tìm hiểu trên mạng, tôi được biết đảo Lý Sơn hình thành do sự phun trào nham thạch từ 5 ngọn núi lửa, cách đây khoảng 25 đến 30 triệu năm. Đảo nằm cách đất liền 15 hải lý, gồm 2 Đảo Lớn, Đảo Bé và hòn Mù Cu.

Hiện nay đảo Lý Sơn là một huyện đảo thuộc tỉnh Quảng Ngãi, hay còn gọi là cù lao Ré trước đây. Theo lý giải của người dân Bình Sơn, sỡ dĩ gọi cây ré vì trước đây trên đảo thấy mọc rất nhiều. Đây là cây thân gỗ, cao vài chục mét, một người ôm không xuể. Mỗi khi muốn hái quả, người ta thường phải leo cây thật cao, rồi dùng rựa chặt cành, mé nhánh cho nó rơi xuống đất, sau đó vặt lấy những chùm quả chín có màu vàng mà ăn. Ngoài ra, tôi còn đọc thấy có nơi nói, cây ré là loài thân thảo, thuộc họ gừng, như cây gừng gió, riềng, ngải, cao 2 mét, dùng làm thuốc chi đó, nhưng tôi tin người dân ở Quảng Ngãi mô tả cây ré chính xác hơn.

Chưa biết phải trả lời Nguyện ra sao, bởi tôi cảm thấy có chút do dự khi nghĩ về chuyện tình cảm trước đây:

- Anh sẽ trả lời em sau nữa giờ nữa nhé.

Nguyện khẩn khoản mời:

- Nhân cơ hội này anh ra chơi với em một chuyến đi. Em rất mong được gặp lại anh. Anh không ra là em giận luôn đó.

Hình ảnh cô sinh viên xõa mái tóc dài trong gió, đạp xe lướt qua trước cửa nhà tôi, mỗi sáng trên đường đến giảng đường, hiện ra trong đầu tôi với nụ cười duyên "mình về có nhớ ta chăng, ta về ta nhớ hàm răng mình cười".

Nghĩ tới lời mời của Nguyện, tôi cảm thấy sung sướng tận mé thiên đường, nhưng cố làm màu mè, hoa lá cành, nhằm tạo cho mình chút giá trị hão huyền. Chứ thật ra trong thâm tâm, tôi mong sớm được gặp lại người đã khiến cho trái tim bao chàng trai phải điêu đứng; dĩ nhiên, trong số người đó tôi cũng không ngoại lệ, vì từng có thời gian đi theo phía sau cô làm chiếc đuôi không biết ngượng ngùng.

Tóm lại, chuyến đi ra đảo thăm Nguyện là có thật, vì trước mắt "xem dung nhan đó bây giờ ra sao",:tiện thể khám phá luôn "Vương quốc tỏi", địa danh đang rất "hot" trên bản đồ du lịch đất nước, được giới trẻ từ Nam chí Bắc mong ước, ít nhất có được một lần đặt chân tới trước khi chết.

Thế là, ngay sáng hôm sau tôi rời khách sạn sớm, di chuyển đến cảng Sa Kỳ, đổi vé điện tử do Nguyện đặt trước, lấy vé lên tàu ra đảo Lý Sơn.

Lênh đênh trên biển độ nửa giờ, tôi bỗng nhận ra một số hành khách đi chung chuyến tàu, chộn rộn hẳn lên bên mớ hành trang mang theo. Tôi vội nhìn qua khung của nhỏ bên cạnh chỗ ngồi, thấy một đà chim Hải Âu bám sát theo tàu tìm thức ăn, nên ước chừng con tàu sắp cặp vào cảng

Chợt chuông điện thoai để trong tuí quần tôi reo lên. Tôi cầm lấy máy:

- Alô!

- Anh thấy sức khỏe thế nào. Có bị say sóng gì không?

- Chào em. Buổi sáng biển quê em xanh biếc và đẹp một cách lạ lùng.

- Hi hi! Em đang có mặt trên cầu tàu đón anh và một số khách từ Hà Nội vào.

- Em quả thật chu đáo.
- Nghề nghiệp bắt phải vậy thôi chứ em có hay ho gì đâu.

Trong lúc chuyện trò với Nguyện qua điện thoại, tôi quên không để ý tới con tàu đã cập cảng từ lâu. Tới chừng quay nhìn lại, mới hay số hành khách đã vơi quá nửa, may mà nơi cửa lên xuống vẫn còn một số đông người nối đuôi nhau. Mừng vì đã không làm phiền mọi người, nên tôi cố ngồi chờ thêm chút xíu, dẫu có là người khách cuối cùng rời tàu cũng chẳng chết thằng Tây nao; trái lại, sau lưng tôi còn có mấy chị phụ nữ chưa giải quyêt xong chuyện con cái.

Từ dưới tàu vừa đặt chân lên cầu cảng, thay vì tiếp xúc với cuộc sống chân thực của ngư dân trên đảo qua việc đánh bắt trên biển trở về, tôi bị ngay đám đông người trì kéo, buôn bán, mời chào các dịch vụ, ăn uống, khách sạn, cho thuê xe máy . . .

Phải từ chối khéo lắm, tôi mới thoát ra khỏi số đông người huyên náo vây quanh, tiến về phía Nguyện đang đưa cao tay vẫy vẫy lá cờ đuôi nheo làm hiêu.

- Xin lỗi mọi người, mình phải nhường đường cho những người lớn tuổi, nên có mặt hơi muộn, bắt mọi người phải chờ lâu.

Nguyện thay mặt cả nhóm tươi cười nói :

- Không có chi đâu anh, bọn em cũng vừa tập hợp đủ quân số.

Nhìn các cô gái trẻ đẹp đứng cạnh Nguyện tôi hỏi:

- Các bạn gái này là sao?

Một trong số các cô nhanh miệng trả lời:

- Bọn em là khách Hà Nội đặt homestay của chị ấy qua mạng.
- Thì ra lúc nảy tôi có nhìn thấy các cô trên cùng chuyến t àu.
- Nghe chị Nguyện kể anh là bạn của chị ấy?
- Bạn láng giềng trước đây vài năm.

Một cô trong số các cô gai nói lời trêu chọc:

- Cớ chi anh phải giải thích, nếu là bạn tình xem ra cũng hợp đôi lắm..

May sao, vừa khi đó chiếc xe 9 chỗ ngồi cũng kịp trờ tới,

đón mọi người lên xe, quay đầu chạy thẳng vào trung tâm đảo. Sau khi sắp xếp chỗ nghỉ cho các cô gái Hà Nội xong,Nguyện ghé qua phòng tôi ngồi trò chuyện:

- Nhìn anh chả khác trước mấy.

Tôi đùa:

- Còn em khác hẳn trong mắt anh.
- Khác chi đâu anh?
- Ra dáng cô chủ trẻ thấy rõ.
- Anh ghẹo em chi tội vậy?
- Điều đó cho thấy sự khởi nghiệp của em mang lại sự thành công, bởi ngoài môi trường làm việc thích hợp với ngành nghề mình đã học ra, em còn nhạy bén nắm bắt thời cơ, xu hướng thị trường, vừa trẻ đẹp, thành thao vi tính, giỏi Anh văn, lại vừa ăn nói có duyên.
- Anh quá đề cao em rồi đó, thật ra mấy năm đầu công việc cũng trầy vi tróc vẩy chứ không được như bây giờ đâu.
- Vạn sự khởi đâu nan ai chả thế.

Sợ để lộ sự hổ thẹn trước mặt tôi, Nguyện đỏ ửng đôi má, lí nhí hỏi tôi:

- Anh đã lên kế hoạch khám phá nơi nào trên đảo chưa, hay để em kết hợp với các cô gái Hà Nội lúc nảy đi chơi cho vui?

Tôi lắc đầu đáp:

- Nếu không được đi bên em, anh thích đi một mình ngao du ngắm cảnh, hơn là đi với người lạ.
- Anh yên tâm, em sẽ cố gắng thu xếp cộng việc để đi chơi cùng anh ở Đảo Lớn nguyên cả ngày luôn.
- Có cản trở công việc của em không?
- Có người thế nên anh không phải lo.
- Theo em bây giờ anh nên đi đâu?
- Mới có hơn 8 giờ sáng, em nghĩ anh nên khám phá Đảo Bé trước, đến 14 giờ trưa quay về lại Đảo Lớn, nghỉ ngơi một chút, sau đó ghé thăm chùa Đục, Giếng Tiên, ngắm hoàng hôn ở cổng Thạch Tò Vò.

Nghe theo sự tư vấn của Nguyện, trước hết tôi tìm hỏi xin hoặc mua ngay một tấm bản đồ du lịch trên đảo Lý Sơn. Chuyện này xem ra không khó, bởi các khách sạn hay các điểm kinh doanh du lịch thường phát không, hoặc chí ít cũng có bản in photo bản đồ dành tặng cho du khách. Ké đó, tôi gọi ngay xe chở thẳng ra bến cano, mua vé tàu ra Đảo Bé.

Trong lúc chờ tàu khởi hành, tôi liếc mắt đọc trên tấm pano đặt cạnh quày bán vé, thấy giới thiệu diện tích Đảo Bé lớn chưa đầy một cây số vuông, dân cư thưa thớt, một số ít nếu không hành nghề đanh cá thì trồng hành trồng tỏi. Thời gian di chuyển bằng xuồng bay, dân địa phương gọi thay cho cano, ra đảo mất khoảng 10 phút.

May thay, ở trên tàu tôi ngồi cạnh một anh bạn trẻ, làm việc văn phòng hay dạy học gì đó ngoài đảo, bởi trong mắt anh ta, tôi bắt gặp vẻ hiền lành, thân thiện, qua cách cư xử lễ độ với người mọi người. Vì thế tôi có ngay thiện cảm với anh, nên bắt chuyện làm que.:

Tôi cất tiếng hỏi anh:

- Xin lỗi! Anh có phải là dân địa phương của Đảo Bé?

- Không. Gia đình tôi sống ở Đảo Lớn.

- Anh ra đây chơi hay đi công việc?

- Tôi ra thăm bà ngoại bị bệnh.

- Cho hỏi khi lên đảo, tôi có thể dùng phương tiện nào, để di chuyển quanh đảo?

- Anh yện tâm, trên bến có rất nhiều xe điện, xe ôm, chờ sẳn để phục vụ quí khách. Hơn nữa, đảo không lớn, nếu có thời gian tôi khuyên anh nên đi bộ, vừa ngắm cảnh vừa hít thở không khí trong lành.

- Trên đảo đã có điên nước đầy đủ chưa?

- Đã có hệ thống cáp ngầm dẫn điện từ trong đất liền ra tới tận đảo, nhưng nước ngọt thì phải mua từ bên Đảo Lớn chở sang. Tuy nhiên, gần đây nhà nước đã đầu tư cho ngoài này một máy lọc nước biển thành nước ngọt, song chỉ dùng được trong sinh hoạt như, tắm giặt, vệ sinh, chứ không thể nấu ăn được.

Buổi trò chuyện giữa 2 chúng tôi tới đây thì dừng lại, vì tàu cặp vừa cặp cầu cảng Đảo Bé.

Lên bờ, sau khi vượt qua cổng chào, tôi đi bộ bên cạnh anh bạn vừa quen, tiến sâu vào ngôi làng nằm ngay bên đường đi, mở ra đầy đủ dịch vụ cà phê, ăn uống, karaoke, nhà nghỉ; đặc biệt, trên tường nhà nào cũng thấy vẽ cảnh sinh hoạt, vui chơi trên biển. Hỏi thăm mới biết nơi đây được gọi tên: Làng Bích Họa.

Bắt tay chào từ biệt tôi, anh bạn cho biết đã về đến nơi anh cần đến, rồi khuyên tôi cứ thẳng đường đi tới mà không sợ lạc, bởi chạy quanh đảo chỉ có mỗi con đường bê tông độc nhất này. Con đường tương đối sạch sẽ, hai bên cây cỏ xanh tốt, cùng với những bãi bờ trông rất tình tứ, lãng mạn bên những rặng dừa đứng xỏa tóc lay bay, nghiêng mình ra phía biển đón gió.

Lội bộ hơn nửa giờ trong cái nắng gió của biển, tôi đặt chân tới địa danh nghe khá lạ tai "Hòn Đụn", bắt gặp nhiều hình thù kỳ thú nơi đá nham thạch đen nhánh, chứng tích của sự phun trào núi lửa vào cuối kỷ nguyên Neogen để lại trên biển.

Theo chân các cô gái đi xuống biển, tôi bất ngờ khi phát hiện trước mắt mình, một bãi cát trắng phau, mịn màng, trải dài ra tận mép nước trong veo, xanh ngọc, nằm lọt thỏm giữa các khối nham thạch và những rạn san hô đầy màu sắc. Chưa kể gần đó, người dân có sáng kiến, dùng cây rừng lấy từ trên đảo, bắt từ trong bờ ra tới các mõm đá nổi lềnh bềnh trên mặt nước, một cây cầu gỗ đơn sơ "Cầu Tình Yêu" nhưng không kém phần lãng mạn, nhằm phục vụ cho những ai thích chụp hình, sống ảo, mà không sợ bị ướt, giày dép, áo quần, với giá chỉ bằng một que kem.

Rời Hòn Đụn, tôi tiến về nơi được gọi là Bon Tàu, lội quanh các khối nham thạch, xem người ta đi tìm bắt loài đỉa biển hay còn gọi con đồn đột hay hãi sâm. Loài động vật quí hiếm, nhiều chất dinh dưỡng, thoat nhìn chẳng khác chi con đỉa thường thấy, nhưng to hơn và có màu sắc biến đổi tùy theo vùng nước nông sâu. Thông thường, để bắt được nó người thợ lành nghề phải lặn sâu xuống tận đáy biển, nhưng ở vùng Bon Tàu này, đỉa biển lại nấp trong các hốc đá nên rât dễ bắt.

Nhác thấy bóng anh thanh niên đi mò bắt hải sản đang tiến gần tới chỗ tôi đứng, bèn lên tiếng hỏi thăm:

- Anh trai ơi đã thu được nhiều chiến lợi phẩm chưa?

Chìa chiếc thùng nhựa ra cho tôi xem và trả lời:

- Được hơn chục con ốc và đỉa biển.

- Anh bắt về ăn hay bán?

- Để ăn là chính còn dư mới bán.

- Những con đỉa làm được món gì hả anh?

- Có thể ăn tái, làm gỏi, chưng cách thủy, chiên giòn, nấu cháo . . . tùy.

- Sơ chế có khó không?

- Chỉ cần kiên nhẫn và thời gian.

- Anh có thể nói rõ hơn không?

- Trước hết mổ bụng con đỉa ra, rửa sạch cát bên trong, rồi ngâm nó trong nước muối khoảng nửa tiếng để loại bỏ mùi tanh, sau đó luộc chín, lấy thanh tre căng ra, trước khi mang phơi cho thật khô, khi nào dùng chỉ cần luộc lại lần nữa.

Chuyện tới đây làm tôi sực nhớ đã nghe ai đó kể, ở đảo Jeju bên Hàn Quốc, người dân trên đảo không chỉ thích ăn thịt đỉa biển sống mà còn xem nó như là món ăn truyền thống, bởi nó là động vật sống hoang dã dưới đáy biển, nên thịt vừa có chất lượng tốt vừa có giá trị dinh dưỡng cao. Ngoài ra, nếu được chấm với loại nước tương đặc biệt làm ra trên đảo, sẽ để lại hương vị thơm ngon đến tuyệt vời..

Trở lên bờ, tôi tiếp tục đi về hướng Bãi Sau, ăn trưa ở quán có mặt tiền quay nhìn ra biển, thuận lợi cho thực khách vừa thưởng thức món ăn vừa tận hưởng không khí biển. Ở đây, ngoài thực đơn chính là các món hải sản quen thuộc ra, tôi gọi thêm một con cá Tầm Ma nướng. Đây là loại cá quí hiếm, khó đánh bắt, không sợ đụng hàng với bất kỳ loại cá nào trong đất liền. Cá có vảy màu nâu đen, thân dẹp, hình dáng rất giống cá rô phi nước ngọt, nhưng to hơn. Cá sống chủ yếu trong các ran san hô sâu dưới đáy biển, thịt dai, ngọt, đặc biệt phần lườn gây ấn tượng nhờ có vị béo rất riêng.

Vừa thưởng thức các món hải sản, tôi vừa hướng mắt nhìn ra biển, thấy số đông bạn trẻ đang đổ về Bãi Sau, cắm trại, tắm biển, thuê thuyền thúng ra xa bờ, lặn ngắm san hô . . cho dù bãi tắm nơi đây không mấy lớn; bù lại, nước trong vắt, cát trắng mịn màng, nằm lọt thõm giữa 2 vách đá nham cao sừng sững, đen nhánh..

Vô tình khi quay lại, tôi bắt gặp ánh mắt của người đàn ông ngồi ở bàn bên cạnh, nhìn tôi cười cười với vẻ mặt thân thiên.

Ông ta lên tiếng chào hỏi tôi:

- Cậu ra đây mà không đi bạn gái sao?

Tôi đáp:

- Tôi đi công tác trong Quảng Ngãi, tiện thể ghé ra đây cho biết.

- Cậu thấy Đảo Bé thế nào?

- Đẹp, hoang sơ, nhưng nếu so sánh với Maldives thì thiếu hẳn vẻ hoành tráng hơn nhiếu..

- Tôi chưa từng ra khỏi Lý Sơn làm sao biết Mal . . . gì mà câu nói đó ở đâu?

Tôi chợt hiêu nên giải thích ngắn gọn với ông ta:

- Đó là đảo quốc gồm nhóm các đảo san hô nằm ở biển Ấn Độ Dương.

- Hu hu. Tui biết ở đâu chết liền.

Tôi buột miệng hỏi:

- Ông làm nghề gì ngoài này?

- Ngày nào không đi biển thì phụ tụi nhỏ bán quán ăn.

- Quán này của con ông?

- Con gái.

- Trong tương lai du lịch ngoài đây phát triển, chắc người dân sẽ khá hơn nhiều?

- Dân tui đang lo thì có.

- Lo về điều chi?

- Có tin tập đoàn lớn nào đó, đã mua toàn bộ Đảo Bé này rồi, tới lúc đó người dân chúng tôi không biết sẽ đi đâu về đâu?

Trước thông tin không vui của người đàn ông, tôi chỉ còn biết ngồi im, lắc đầu ngao ngán cho thế sự thăng trầm. Bởi. Đảo Bé từng được đánh giá là thiên đường giữa biển, đẹp đến nao lòng, thì tránh sao khỏi sự dòm ngó của các tay trùm lợi ích nhóm, chỉ chăm chăm làm giàu trên xương máu người dân vô tội. Càng nghĩ tôi càng thấy xót thương cho hoàn cảnh của người lao động, thấp cổ bé miệng, không biết kêu ai ngoài ông trời. Mà trời thì cao quá, không biết mai này khi mảnh đất đã nuôi sống bao thế hệ, bỗng dưng bị mất trắng trong một ngày nào đó, gia đình họ sẽ ra sao?

Buồn. Tôi cảm thấy không còn lòng dạ nào để vui trên nỗi đau người khác, nên vội đứng lên chào từ biêt người đàn ông chân chất, sớm quay về Đảo Lớn.

Nghỉ ngơi, tắm rửa xong, tôi lấy lại sự bình tĩnh, hỏi thăm đường để ghé tới viếng Chùa Hang hay còn gọi là Thiên Khổng Thạch Tự, được xây dựng cách nay hơn 400 năm dưới triều vua Lê Kinh Tông, bởi ông Trần Công Thành, một trong những người có công tạo dựng chùa cùng khẩn hoang, mở đất, lập làng An Hải- An Vĩnh xưa.

Sở dĩ gọi là chùa Hang vì chùa nằm trong một hang núi lớn nhất của dãy Thới Lới. Để đến được ngôi chùa này, tôi phải đi vòng qua một eo núi, mà đứng từ trên cao nhìn xuống, thấy có nhiều ruộng lúa, ruộng ngô, ruộng hành tỏi, mọc lên xanh rờn trên nền cát trắng. Sau đó, lội bộ vài bậc thang xuống lưng chừng núi, gặp ngay một khoảng sân rộng, ở giữa có hồ sen, tượng Phật Bà, cùng nhiều cây bàng biển có tuổi đời lên đến hàng trăm năm..

Tiến gần tới trước chánh điện, đập vào mắt tôi là cái nhũ đá đang nhỏ từng giọt nước mát lạnh xuống chiếc bể xi măng, ghi dòng chữ "Giếng Trời" Bước qua cửa vào bên trong chánh điện, thấy trên ban thờ bằng đá, người ta thờ tượng Đức Phật, các vị thánh, các vị tiên hiền đã góp công khai hoang lập âp. Sâu vào trong, gặp 2 lối đi vừa hẹp vừa dài hun hút, nằm đối nghịch nhau, được người dân đia phương tin gọi là đường lên trời và đường xuống địa ngục.

Thăm thú xong Chùa Hang quay ra, tiện thể trên đường về, tôi ghé thăm di tích, thắng cảnh chùa Đục hay còn gọi là chùa Không Sư hay tên chữ là Đỉnh Liêm Tự, nằm cách xa chùa Hang chưa đầy mươi phút đi bộ. Nhờ hai nơi ở rất gần nhau, nên tôi đở phải mất nhiều thời gia di chuyển, nhưng cũng đã nhìn thấy tượng Phật Bà Quan Âm trắng tinh khiết, đứng quay nhìn ra biển, ở lưng chừng núi Giếng Tiền, một nhánh nham thạch núi lửa tuôn trào ra biển cách nay hàng triệu năm.

Sau khi vượt qua cổng chùa dưới chân núi, tôi leo hơn 100 bậc thang, để có mặt đứng trước khuôn viên Quan Âm Phật Đài hình ngũ giác, có lan can vây quanh, nền lát gạch, chính giữa xây một tòa sen, bên trên đặt tượng Phật Bà Quan Âm cao 27 mét.

Bên dưới chân tượng là các án thờ dẫn lên điện thờ ăn sâu vào lòng núi cùng phù điêu đắp hình con rồng đang quẩy mình dưới nước. Chùa gồm cả thảy 3 động đá. Động lớn nhất ở chính giữa là chánh điện, thờ đức Phật, đức Địa Tang, Bồ Tát, vị Tổ khai sơn. Động nhỏ ở phía Đông thờ Tam Thế Phật và Động Viên Giác ở phía Tây, là nơi dành cho các nhà sư tọa thiền.

Men theo sườn núi lửa sau lưng chùa, tôi tiếp tục đi lên đỉnh Giếng Tiền, bên cảm giác như đang lạc vào chốn bồng lai tiên cảnh, qua vẻ đẹp hút hồn của một nửa bên núi nhô ra biển, nửa còn lại bám sâu vào vách đá cao sừng sững.

Từ trên cao nhìn xuống miệng núi lửa đã tắt Giếng Tiền, tôi không thấy hiện diện một bóng cây nào nơi lòng chảo; ngoại trừ, màu đất đỏ bazan cùng loài cỏ dại mọc lan trên đất. Hỏi người dân địa phương mới hay, đây là vùng đất linh thiêng, chỉ các pháp sư mới được lấy đất mang về nặn thành hình nhân, xương cốt, người lính Hải Đội Hoàng Sa đi làm nhiệm vụ bảo vệ chủ quyền biển đảo Tổ Quốc, có đi mà không có về, được chôn trong các ngôi mộ gió có khắp nơi trên đảo, kể từ thời vua Minh Mạng còn đang trị vì đất nước.

Nhìn đồng hồ thấy đã hơn bốn giờ chiều, tôi nghĩ giờ này ghé về Cổng Thạch Tò Vò ở cách xa đây chừng 200 mét, chắc cũng chưa có đông người ghé đến chờ đợi, để được ngắm cảnh hoàng hôn, chụp ảnh, này nọ. Bởi. Ngoài việc là thắng cảnh nổi tiếng, nó còn là một trong những kiệt tác độc đáo, do quá trình hoạt động của 5 ngọn núi lửa có mât trte6n đão, phun trào nham thạch xuống biển gặp nước đông chúng lại thành ra vòm đá cao tầm 2 m 5, xảy ra cách nay hàng triệu măm, mà thiên nhiên muốn ban tặng riêng cho người dân trên đảo Lý Sơn.

Từ xa, trên đường đi tới Cổng Thạch Tò Vò, tôi đã sớm nhận ra hình hài chiếc cổng khá lạ lẫm, nổi bật trên bãi đá đen bóng, nhấp nhô bên làn nước trong xanh màu ngọc bích. Nghe kể, ngoài tên Cổng Thạch Tò Vò ra, du khách đên đây còn đặt cho nó một cái tên nghe khá mỹ miều "Cổng Thiên Đường".

Khác với những gì tôi nghĩ cách đây vài phút, dưới bãi đá, các nhóm khách du lịch đã có mặt tại Cổng Thạch Tò Vò từ rất sớm. Đông nhất vẫn là các nhóm khách nữ, nhanh chân xí chỗ cho mình những nơi có góc ảnh ưng ý, tạo dáng, bấm máy liên tuc trước chiếc cổng đá vô tri vô giác.

Không mấy thích thú trước cảnh chen lấn, chụp choẹt, ồn ào đang diễn ra, tôi tìm tới cái gốc cây bị cưa cụt có thể thay ghế, ngồi lên đó, ngắm những tia nắng cuối ngày, để lại ánh hào quang bảy sắc cầu vồng lên vòm đá, trông thật là sinh động và lãng mạn.Có lẽ, chính vì hình ảnh sống động đó, mà Cổng Thạch Tò Vò trở nên hấp dẫn, lôi cuốn không ít gii1 trẻ ghé đến sống ảo?

Trước khi kết thúc ngày đầu tiên lang thang trên đảo Lý Sơn, tôi thẳng đường đi về chỗ trọ, tắm rửa, chờ giờ ăn cơm tối cùng với các cô gái đến từ Hà Nội.

Trong bữa ăn, các cô gái đã không tiếc lời ca ngợi vẻ đẹp tìm ẩn của biển đảo nơi đây, khi lần đầu tiên dến với biển xanh, cát trắng và nhất là được chạm tay lên các vách đá nham thạch mang hình thù lạ lẫm, do hiện tượng núi lửa phun trào, để lại với vô số cảnh quan kỳ vĩ..

Đến gần cuối bữa ăn, Nguyện chợt xuất hiện với dĩa trái cây đặc sản Lý Sơn, mang tới mời từng người ăn tráng miệng cùng những lời thăm hỏi chận tình về chuyến trong đi ngày, xem có ai phàn nàn gì không; đồng thời, giới thiệu chợ đêm trên đảo sắp diễn ra tại cầu cảng với nhiều món ăn hải sản hấp dẫn..

Sau khi từ chối lời rủ rê của các cô gái đi chơi chợ đêm, tôi ngồi lại chuyện trò với Nguyện.

Thoạt tiên cô hỏi tôi:

- Hôm nay anh đã đến những đâu?

Tôi trả lời cô:

- Sáng đi Đảo Bé theo lời khuyên của em, xế trưa về nghỉ ngơi một lát, chiều ghé chùa Hang, chùa Đục, núi Giếng Tiền, Cổng Thạch Tò Vò.

Nguyện trố mắt ngạc nhiên nhìn tôi hỏi:

- Anh định mai về sớm hay sao mà hôm nay đi nhiều vậy, mệt chết, hèn gì lúc nảy mấy em đẹp rủ đi chợ đêm anh từ chối?

- Không phải như em nghĩ dâu, bởi các món hải sản ở chợ đêm nào cũng giống nhau; ngoai trừ, món cá Tầm Ma là đặc sản của Lý Sơn, thì trưa nay anh đã thưởng thức bên Đảo Bé rồi.

- Ồ! Vậy là anh may mắn lắm đó, vì mùa này cá Tầm Ma rất hiếm.

- Sáng mai em không bân chứ?
- Em đã thu xếp công việc để sáng mai đi với anh rồi.
- Liệu trong buổi sáng mai chúng ta có thể đi thăm hết các thắng cảnh còn lại trên đảo Lý Sơn không?
- Nếu anh không sợ bị đen như dân Châu Phi?
- Ồ! Nhằm nhò gì chuyện đó.
- Anh muốn chiều mai về lại đất liền hay sao?
- Em đặt vé chuyến bay Chu Lai về Sàigòn giúp anh nhé.
- Anh muốn bay chuyến mấy giờ?
- Chiều hay tối gì cũng được.
- Dạ. Vậy anh nghỉ sớm đi, mai mình sẽ khởi hành thật sớm cho mát.
- Hẹn gặp lại em sáng mai.
- Chúc anh buổi tối an lành.

Y hẹn. Sáng ra tôi được đánh thức dậy thật sớm, điểm tâm bằng tô bún cá to chà bá, trước khi dùng xe máy của Nguyện, chở cô chạy dọc đường bê tông ven biển, ghé thăm địa điểm đầu tiên là Nhà trưng bày Hải Đội Hoàng Sa Kiêm Quản Bắc Hải. Nơi đang lưu giữ trên một trăm hiện vật của đội tàu hàng hải, do chúa Nguyễn ở xứ đàng trong lập ra từ thế kỷ 17, với mục đích di chuyển từ trong Quảng Ngãi ra các đảo thuộc quần đảo Hoàng Sa, khai thác hải sản, thu nhặt hàng hóa trên các tàu thuyền bị đắm hay trôi dạt vào các đảo, bên cạnh đó cò trưng bày nhiều tư liệu quí, bản đồ, chứng minh Hoàng Sa Trường Sa là của VN.

Phía trươc nhà trưng bày là một khuôn viên rộng rải, thoáng mát, cùng với cụm tượng đài bằng đá, trang trọng, uy nghi, hoành tráng, phác họa hình ảnh 3 chiến binh Hoàng Sa, trong đó người đứng giữa mặc quan phục triều đình, một tay chỉ ra biển nơi có đảo Hoàng Sa, tay kia đặt lên cột mốc khắc dòng chữ "Vạn lý Hoàng Sa".Đứng cạnh người này là hai người lính, người đứng bên phải cầm giáo thể hiện hình ảnh người lính bảo vệ Tổ quốc, người đứng bên trái vác lưới vừa là ngư dân vùa là lính trong đội tàu hàng hải. Và. Đi vòng ra sau cụm tượng, thấy khắc trên đá dòng chữ Nôm "Bảng Quốc Hải Cương Hoàng Sa Xứ Tối Thị Hiểm Yếu".

Đặt chân vào bên trong nhà trưng bày, đập vào mắt tôi

là mô hình chiếc thuyền dùng chở những người lính ra bảo vệ các đảo thuộc Hoàng Sa, các linh vị thủy binh, các vật dụng mà người lính hải đội Hoàng Sa phải mang theo gồm: 2 chiếc chiếu, 7 thanh tre, 7 sợi dây mây, 1 thẻ bài. Bình thường, chiếu dùng để lót nằm, chẳng may xảy ra chuyện không hay thì dùng bó xác, nẹp lại với 7 thanh tre, bó bằng 7 sợi dây mây và kèm theo thẻ bài có khắc tên họ, quê quán, để nhận diện..

Gắn liền với lịch sử Hải Đội Hoàng Sa, người dân Lý Sơn thường nhắc tới Lễ Khao Lề Thế Lính Hoàng Sa, diễn ra hàng năm vào các ngày 16-17 tháng 3 âm lịch, tại Âm Linh Tự, thuộc đình làng An Hải, để tri ân, tưởng nhớ các oan hồn tử sĩ Hoàng Sa Trường Sa.

Hoàng Sa trời nước mênh mộng.
Người di thì có mà không thấy về.
Hoàng Sa mây nước bốn bề.
Tháng 2-3 Khao Lề Thế Lính Hoàng Sa.

Tôi thắc mắc hỏi Nguyện về câu ca đã được lưu truyền qua nhiều thế hệ.:

- Khao Lề là gì và Thế Lính là gì vây em?

Cô giải thích:

- Khao lề là Lệ khao định kỳ hàng năm. Thế Lính là nghi lễ cúng thế mang cho những người lính thủy quân trong hải đội Hoàng Sa, ra đi mà không trở về. Lễ hội này một mặt tri ân những anh hùng đã vì Tổ quốc hy sinh và cầu cho những linh hồn tử sĩ sớm được siêu thoát, mặt khác, nhắc nhở các thế hệ sau luôn nhớ và noi gương các bậc tiền nhân, đã không tiếc xương máu, dong thuyên ra các đảo xa, dựng bia, cắm mốc, khẳng định chủ quyền Tổ quốc. Chính vì thế mà, rải rác trên đảo Lý Sơn hiện nay, người ta thấy còn nhiều ngôi mộ gió rải rác ở nhiều nơi.

- Trong những ngôi mộ gió người ta chôn theo những gì?

- Hình nhân người lính được Pháp Sư nặn bằng đất sét lấy từ trên Giếng Tiền cùng với các đồ liêm.

- Lễ chiêu hồn diễn ra thế nào?

- Trình tự buổi lễ chiêu hồn cho tử sĩ trong Hải Đội Hoàng Sa, được thực hiện khá nhiêu khê và nghiêm cẩn. Trước hết, tất cả người thân của chiến sĩ đã hy sinh trên vùng biển, phải thuê một pháp sư đến làm lễ cúng bái. Sau đó, đích thân vị này lên núi thiêng Giếng Tiền, lấy sao cho vừa đủ số lượng đất sét nặn thành hình nhân y như thật, đất không được thừa ra hay bỏ đi, vì đất đó tượng trưng cho máu thịt người quá cố. Tiếp đến, đất được trộn với bông gòn, rồi cho vào một cái cối giả nhuyễn; đặc biệt, trong lúc vị pháp sư nặn hình nhân, người thân của tử sĩ luôn phải có mặt bên cạnh để mô tả hình dáng người được chiêu hồn, giúp chỉnh sửa hình nhân sao cho thật giống từ khuôn mặt đến kích thước thân thể người đã khuất; đồng thời, dùng 7 cành dâu chẻ đôi xếp vào bụng làm xương sườn cho mỗi bên; dùng những sợi tơ tằm làm gân cốt, cành cây dâu làm xương tay chân. Tóm lai, phải nặn hình nhân có đủ lục phủ ngủ tạng, kể cả bộ phận sinh dục rồi, phết lên hình nhân màu lòng đỏ trứng gà, để khô, nhằm làm cho giông với mầu da. Sau đó cho mặc quần áo, đặt vảo quan tài, tiến hành lễ cúng với 1 cổ thuyền, mâm lễ vật, vàng mã, lương thực, trước khi đưa xuống biển, để dâng lên các vị thần cùng linh hồn người đã khuất. Cuối cùng, tất cả người thân có mặ, đặt quan tài xuống huyệt đạo, kết thúc nghi lễ an táng.

Rời nhà trưng bày Hải Đội Hoàng Sa Kiêm Quản Bắc Hải, tôi chở Nguyện chạy tiếp về hướng Đông của đảo, nơi có ngọn hải đăng cao 45 m, nằm cách biển 80m, cách chân núi Thới Lới 200m, nơi giữ vị trí quan trọng trong việc giao thông hàng hải trên biển.

Nghe kể, ban đầu ngọn hải đăng do người Pháp xây dựng vào năm 1898, có tên Phare Polo Canton hay còn gọi Sở Đèn Pha. Sau 75, được phá bỏ xây dựng ngọn hải đăng mới, có cũng chiều cao cũ, nhưng bên trên cửa ra vào, thấy gắn hàng chữ: Đèn Biển Lý Sơn.

Mua vé 10 ngàn mỗi người, bọn tôi leo cầu thang xoắn ốc từ dưới đất lên tới đỉnh ngọn hải đăng,.vừa mệt vừa nóng đến toát mồ hôi; bù lại, được ngắm nhìn bốn bề mênh mông biển nước, những ruộng tỏi, ruộng hành, âu thuyền, thuyền bè, núi Thới Lới, hòn Mù Cu. . . đẹp không thua gì các thắng cảnh trên vịnh biển nước ngoài.

Từ giả ngọn hải đăng, trên đường chạy tới chân núi Thới Lới, tôi thấy một bên là biển một bên là những cánh đồng đang được nông dân cặm cụi san phẳng nền ruộng, chưa hiểu sẽ dùng vào mục đích gì. Tức thì, Nguyện ngồi phía sau giải thích cho biết, đó là những cánh đồng trồng tỏi đã thu hoạch, giờ người ta đang làm mới để trồng hành hay tỏi cho mùa vụ tỏi sau.

Theo cô, mùa tỏi trên đảo Lý Sơn bắt đầu từ tháng 9 năm trước, kéo dài sang đến tháng 2-3 năm sau thì thu hoạch. Nhờ có thổ nhưỡng, khí hâu, cùng kinh nghiệm lâu đời của người dân trên đảo, đã tạo cho tỏi Lý Sơn có hương vị rất riêng, thơm, cay, dịu ngọt, kích thước nhỏ, tròn trịa, hàm lượng tinh dầu cao, nên được người tiêu dùng ưa chuộng, vì thế chẳng mấy chốc nó trở thành đặc sản với thương hiệu nổi tiếng "Tỏi Lý Sơn".

Chưa hết, ở đây còn có loại tỏi đặc biệt quí hiếm với tên gọi "Tỏi Cô Đơn". Đây là món quà của thượng, dành để giúp cho người nông dân, nếu không may vụ tỏi bị mất mùa. Bởi. Vào thời gian đó, những củ tỏi còn sót lại trên ruộng, thường là tỏi chỉ có 1 nhánh và 1 củ duy nhất, dân địa phương gọi nó là tỏi cô đơn. Loại tỏi này rất hiếm, khó tìm, giàu chất dinh dưỡng, có giá trị cao, được chế biến ra tỏi đen, dùng để chữa bệnh tim mạch.

Đường lên núi Thới Lới nằm dọc trên một vách đá, mà bên dưới là địa chỉ du lịch nổi tiếng Hang Câu. Ngay từ đoạn đầu chạy lên dốc, tôi đươc tận mắt chứng kiến vẻ đẹp tuyệt vời hai bên đường, với một bên gồm cây cỏ tươi tốt, nhiều bụi dứa dại lớn, bên còn lại là những ruộng tỏi xếp hình ô cờ, ôm lấy một vòng cung biển đảo, đủ làm say đắm hồn người.

Dừng chân ở chỗ cột cờ Thới Lới, cao 20 m, xây dựng trên vách đá, quay mặt về phía Hoàng Sa, bên trên ghi tọa độ,i vị trí Lý Sơn, được đặt trên bệ đá sơn màu quốc kỳ, biểu tượng cột mốc khẳng định chủ quyền biển đảo Quôc Gia.

Để đến được hồ nước ngọt nằm trên miệng ngọn núi lửa, một trong 5 ngọn núi lửa lớn nhất đã tắt cách đây hàng triệu năm, tôi buột phải chạy ngược lại ngã ba, nơi có trại Bộ Đội Biên Phòng (người dân không đuôc phép tiếp cân), đứng ngắm một phần vách đá núi lửa bên dưới cùng những bọt nước trắng xóa, theo tùng con sóng đưa vào bờ lóp lớp, trông chẳng khác gì những nhát cọ dưới tay họa sĩ chuyên nghiệp, vẽ trên nền biển xanh màu ngọc bích.

Đến đây, tôi buộc phải rẽ sang nhánh còn lại, chạy tiếp tới đoạn đường không thể di chuyển bằng xe thì dừng lại. Thấy tôi do dự không biết gửi xe nơi đâu, Nguyện cười nói:

- Anh yên tâm, cứ để xe ở đây, chẳng ai lấy đâu mà sợ.

Tôi ngạc nhiên:

Thật không?

- Nói xạo anh làm gì.

Trên đường đi, gần tới khúc quanh cuối dốc, tôi thấy xuất hiện trên nền trời một tảng đá thật to, có hình dáng giống con vật nào đó trong 12 con giáp, đứng quay mặt ra biển, được người dân địa phương gọi "Hòn đá con Trâu".

Nguyện đi phía trước, men theo con đương mòn nằm cạnh hòn đá con Trậu dẫn đường, để lại trong gió mùi hương thịt da con gái, đủ làm cho gã thanh niên chưa vợ nơi tôi, không khỏi chột dạ nghỉ ngợi lung tung. Có lẽ, do vô tình khi quay đợi tôi, cô đã bắt gặp ánh mặt gian gian nơi tôi hay sao, nên vội bước nhanh hơn về phía trước nhưng không quên nhắc:

- Nhanh lên anh còn tí xíu nữa tới nơi rồi.

Tôi bước nhanh theo sau Nguyện trên lối mòn dẫn ra bãi đá bằng phẳng, ngồi xuống đó, hướng tầm mắt nhìn bao quát khắp vùng hồ rộng trên 10 ha, do miệng núi lửa dã tắt từ hàng triệu năm trước tao ra.

Nguyện ngồi xuống cạnh tôi, chỉ tay về con đập bê tông cao 149 m so với mực nước biển, tỉ mỉ kể lại những gì mà cô đã nghe từ các vị bô lão ở Lý Sơn:

- Ngày xưa, hồ nước như anh đang thấy, vốn là một cánh rừng nguyên sinh, có suối và rất nhiều cây gỗ quí. Nhưng dưới sức tàn phá khủng khiếp của con người, lâu dần rừng nguyên sinh biến mất, con suối trơ đáy, để lộ ra nhiều lớp đá cuội khô khốc. Sau. Nhờ có người khai thác các mạch nước ngầm có sẵn trên đảo, cùng với sự góp sức của thiên nhiên tạo ra những trận mưa lớn, đã mang lại nguồn nước cho lòng hồ này.

Tiện thể tôi hỏi Nguyện:

- Vì sao người ta phải xây đâp ngăn nước ở hồ?

Cô chậm rải trả lời:

- Vì thiếu nước sinh hoạt cho người dân cùng với việc khan

hiến nước tưới tiêu trong mùa khô, nên vào năm 2010, chánh quyền tỉnh Quảng Ngãi quyệt định cho xây đập ngăn nước dài 202 m, cao 11 m, rộng 1m 6, để dự trử hơn 270 ngàn m khối nước, nhằm cung cấp nước sinh hoạt cho 21 ngàn dân và phục vụ tưới tiêu cho hơn 60 ngàn ha đất sản xuất nông nghiệp trên đảo.

- Sao chánh quyền không giúp xây dựng nhà máy xử lý nước biển thành nước ngọt cho đảo?

- Ở Đảo Bé hiện đã có nhà máy xử lý nước biễn thành nước ngọt, còn ở Đảo Lớn nghe nói cũng có Công Ty TNHH nào đó, đã xin đầu tư nhà máy lọc nước biển thành nước ngọt, đủ tiêu chuẩn ăn uống, kết hợp điện năng lượng mặt trời phục vụ người dân. Ngoài ra, công ty này còn có tham vọng dùng chính nước đã qua bộ phận lọc, sản xuất nước đóng chai, nước đá viên tinh khiết, đá xay cung cấp cho tàu đi biển nữa.

- Nếu đúng như những gì em vừa kể thì, sớm muộn gì người dân sống trên đảo cũng sẽ được hưởng lợi.

- Ai ai cũng cầu mong nhà máy sớm đi vào hoạt đông. Điều này không chỉ giúp người dân trên đảo có nước sạch dùng mà còn giúp ngành du lịch ở đây phát triển.

- Giờ mình về hay đi đâu hả em?

- Điểm cuối hành trình sáng nay của mình là ghé xuống Hang Câu.

Trở lại chỗ đậu xe, tôi chở Nguyện chạy xuống chân núi, chạy thẳng tới Hang Câu ở gần ngay đó.

Bỏ xe ở trước chiếc cổng đơn sơ "Thắng Cảnh Hang Câu Lý Sơn", bọn tôi nhẹ bước lên bãi cát trắng phau dưới chân, vượt qua các điểm buôn bán, cho thuê dụng cụ tắm biển, lặn ngắm san hô, thuyền Kayak, những lều trại . . . đã nghe vọng đến tai, âm thanh rào rạt sóng biển vỗ về ghềnh đá cùng hình ảnh.biển một bên xanh biêt, bên còn lại là vách núi lượn sóng lồi lõm, mang các gam màu khác nhau, thoạt nhìn cứ ngỡ đang đang đứng trước một kiệt tác thiên nhiên.

Vừa bước đi bên Nguyện tôi vừa hỏi cô::

- Vì sao nơi đây được gọi tên là Hang Câu?

Cô cười đáp:

- Trước hết, do hiện tượng bào mòn của sóng to, gió lớn, qua hàng triệu năm tai chân núi Thới Lới, người dân phát hiện nơi vách núi có chỗ khoét sâu vào đá, vừa lớn lai vừa sâu, nên gọi nơi đó là đó hang;. đồng thời, nơi đây còn được biết là chốn đi về của những chiếc thuyền câu; là nơi có nhiều loài rau câu, mà khi thủy triều rút đi, người ta có thể đến đây hái về chế biến thành món ăn nhiều dinh dưỡng. Vì những lý do đã nêu trên, người dân địa phương gọi luôn nó bằng cái tên nghe vừa thực tế vừa dân dã "Hang Câu".

Để chứng minh điều vừa nói, Nguyện dẫn tôi đến gần chân núi Thới Lới, chỉ cho thấy cái hang ăn sâu vào vách đá dựng đúng, bên trên thấy có nhiều nếp gấp xếp chồng lên nhau, dấu vết của sự phun trào dung nham núi lửa để lại. Tò mò, tôi bước hẳn vào bên trong hang quan sát, thấy nơi vách đá có nhiều tổ chim Hải Âu; nhiều trái tim lồng vào nhau khắc lên đá cùng với tên tuổi kỷ niệm hẹn hò; những bàn ghế, lều bạt dùng cho thuê để ngủ qua đêm; dụng cụ vui chơi trên biển . . .

Quả thật, khi đứng bên trong Hang Câu nhìn ra vòm hang bên ngoài, tôi cảm nhận được không khí nơi đây mát lạnh, khiến cho tâm hồn con người cảm thấy sảng khoái đến dễ chịu, chẳng muốn rời xa chút nào. Tuy nhiên, vì muốn khám phá nơi này nhiều hơn, nên tôi vội bước ra bên ngoài, đi cùng Nguyện trên con đường tiếp giáp giữa bên này là vách núi, bên kia là biển cả xanh rờn. Con đường ngập trong vô vàn cát trắng dưới chân cùng nhiều đá trầm tích, gồ ghề, sắc nhọn, nghe nói dẫn đến tận Chùa Hang.

Bên khung cảnh hoang sơ, hùng vĩ, nhưng không kém phàn thơ mộng, quyến rũ, đến nao lòng đó, tôi cùng Nguyện tiến về phía mô đá bằng phẳng, ngồi xuống cạnh nhau, nhìn mọi người vui chơi, bơi lội, lặn ngắm san hô hay chơi các trò chơi team buildng . . . trên biển.

Bất chợt tôi nghe Nguyện lo lắng hỏi:

- Sau lần này anh có dịp nào ra đây chơi với em nữa không?

Tôi ngạc nhiên khi chưa thật hiểu tình cảm nơi Nguyện dành cho tôi lúc này ra sao, nên ngập ngừng trả lời cô:

- Điều quan trọng là em có muốn gặp lại anh không đã?

Nguyện cúi nhìn xuống nơi đôi tay để hờ trên mép đá nói:

- Liệu anh có còn quan tâm đến em như trước đây không?

Nước dưới chân bọn tôi trong xanh đến lạ. Trong đến nổi tôi có thể nhìn rõ từng đàn cá con bơi lội tung tăng dưới độ sâu vài mét; đặc biệt, còn có sự xuất hiện của loài cua đá, thoáng bắt gặp bóng người, liền trốn nhanh vào các hang ổ, hoặc châm chân thì đeo bám, ẩn nấp, dưới các ghành đá; giống như cuộc tình trai gái mà trước đây tôi từng có thời gian rượt đuổi theo cô.

Tôi nghe Nguyện hỏi mà cảm thấy hạnh phúc dâng trào, bèn trả lời cô:

- Suốt thời gian qua anh luôn nghĩ về em nhưng không dám nói ra.

- Tại Sao?

- Anh sợ em đã có ai?.

Nguyện bạo dạn giữ lấy bàn tay tôi trong tay cô nói:

- Thật vậy sao anh?

Sóng biển dưới chân khá mạnh, bắn tung tóe những tia nước đến tận chỗ bọn tôi ngồi, sau mỗi lần va vào ghềnh đá, để lại ấn tượng khó quên khi cả hai đều bị ướt sủng.

Mặc kệ, tôi dìu Nguyện đứng lên, tay trong tay rời khỏi Hang Câu.

Chiều đến, nhân lúc tiễn chân tôi ở cầu tàu Lý Sơn về lại đất liền, tôi thoáng bắt găp trong ánh mắt đẹp của Nguyên, màu đỏ hoe bên những cái vẫy tay buồn bã chào tạm biệt tôi./.

MINH NGUYỄN.

NGUYỄN ĐÌNH TỪ LAM

Về Duy Xuyên thăm Thánh Địa Mỹ Sơn

Xuôi dòng Thu Bồn nắng chiều loang loáng
Về Duy Xuyên ngắm ruộng dâu xanh biếc
Qua Nam Phước, ghé Mã Châu làng lụa
Tiếng guồng tơ rộn rã khắp xóm biên

Dưới bến sông, cô gái quê nhuộm vải
Lụa hong vàng tận cuối bờ trên bãi
Lên Duy Phú nắng thoi thóp cuối ngày
Thánh địa Mỹ Sơn về chiều ngả bóng

Vương triều Chăm Pa một thời oanh liệt
Đứng hiu quạnh giữa núi non trùng điệp
Lối đi mòn mỏi cỏ úa xác xơ
Tường thành loang lổ, bia đá xiêu nghiêng

Điện thờ trống không, buồn thiu tượng đá
Từng cơn gió quẩn quanh ru thành quách
Tiếng ai oán run run trong từng thớ gạch
Con nước cạn băng mình nghe róc rách

Bóng chiều tan, mờ nhạt những bước chân
Đỉnh tháp Meru, thần Hindu bỏ phế
Núi thiêng Duvi, suối linh thánh địa
Thần Linga và Yoni đều hóa đá

Giống nòi Chăm Pa ngày xưa lừng lẫy
Nay điêu tàn hoang lạnh khắp kinh đô.

NGUYỄN ĐÌNH TỪ LAM

Ghi chú:

a/ Thánh địa Mỹ Sơn còn gọi Tháp Chàm Mỹ Sơn thuộc xã Duy Phú, huyện Duy Xuyên, Quảng Nam. Nơi đây là t rung tâm chính trị, tôn giáo của vương quốc Chăm Pa xưa.

b/ Nam Phước, Mã Châu, Duy Phú: Những địa danh thuộc huyện Duy Xuyên, tỉnh Quảng Nam

HÀ NGUYÊN DU

Tinh Thần Dân Tộc Trong Văn Học Việt Nam: Bản Sắc và Sự Trường Tồn

1. Tinh thần dân tộc trong văn học – Cội nguồn và bản sắc

Tinh thần dân tộc trong văn học là một giá trị cốt lõi giúp mỗi nền văn chương định hình bản sắc riêng. Đối với Việt Nam, tinh thần dân tộc không chỉ là lòng yêu nước mà còn là ý thức gìn giữ truyền thống, tôn vinh quá khứ, và sáng tạo để hướng về tương lai.

Những tác phẩm tiêu biểu thể hiện tinh thần dân tộc trong văn học Việt Nam

Truyện Kiều (Nguyễn Du): Kiệt tác văn chương phản ánh số phận con người trong xã hội phong kiến, đồng thời thể hiện tinh thần dân tộc qua ngôn ngữ, tâm thức và đạo lý nhân sinh của người Việt.

Bình Ngô Đại Cáo (Nguyễn Trãi): Một bản tuyên ngôn độc lập thể hiện lòng yêu nước, khẳng định chủ quyền dân tộc và tinh thần bất khuất chống ngoại xâm.

Chinh phụ ngâm (Đặng Trần Côn & Đoàn Thị Điểm dịch thơ Nôm): Tiếng nói bi ai của người phụ nữ trước chiến tranh, đồng thời thể hiện tinh thần dân tộc, ý thức về sự mất mát và lòng trung nghĩa.

Hịch tướng sĩ (Trần Hưng Đạo): Một tác phẩm văn chính luận đầy hào khí, khích lệ tinh thần yêu nước, lòng trung quân ái quốc và tinh thần chiến đấu bảo vệ đất nước.

Văn tế nghĩa sĩ Cần Giuộc (Nguyễn Đình Chiểu): Một tác phẩm bi tráng ca ngợi lòng yêu nước và sự hy sinh của những nghĩa sĩ nông dân trong phong trào chống Pháp..

Những tác phẩm quốc tế có tư tưởng tương đồng

Chiến tranh và hòa bình (Lev Tolstoy – Nga): Một tác phẩm văn học kinh điển thể hiện tinh thần yêu nước, lòng tự hào dân tộc và số phận con người trong dòng chảy lịch sử.

Les Misérables (Victor Hugo – Pháp): Phơi bày những bất công xã hội và đặt ra vấn đề về nhân quyền, lòng yêu nước và cách mạng.

Don Quixote (Miguel de Cervantes – Tây Ban Nha): Một tác phẩm đánh dấu tinh thần dân tộc Tây Ban Nha, phản ánh những giá trị truyền thống và bản lĩnh con người trước sự thay đổi của thời đại.

2. Hướng đi của văn học Việt Nam trong kỷ nguyên AI

Hiện đại hóa và hội nhập không có nghĩa là đánh mất bản sắc dân tộc, mà ngược lại, là cơ hội để văn học Việt Nam khẳng định mình trên trường quốc tế. Trong kỷ nguyên AI, những câu hỏi lớn đặt ra cho nền văn chương nước nhà là:

Làm sao để giữ được "chất Việt" *khi văn học ngày càng bị toàn cầu hóa?*

Trí tuệ nhân tạo sẽ thay đổi quá trình sáng tạo văn học như thế nào?

Nhà văn có thể khai thác AI để sáng tác mà không đánh mất linh hồn của tác phẩm?

Một số hướng đi quan trọng:

Giữ vững bản sắc văn hóa trong sáng tác

→ Cần có sự kết hợp giữa truyền thống và hiện đại, giữa văn hóa dân gian và công nghệ. Các tác phẩm mới có thể khai thác lịch sử, văn hóa Việt nhưng dưới hình thức thể loại mới như hư cấu lịch sử (historical fiction), tiểu thuyết khoa học viễn tưởng mang bản sắc Việt, hay thơ ca AI kết hợp truyền thống.

Khai thác công nghệ AI trong sáng tác và nghiên cứu văn học

→ AI có thể hỗ trợ trong việc phân tích văn bản, tạo ra gợi ý sáng tác, dịch thuật, nhưng vẫn cần bàn tay con người để đảm bảo tính nghệ thuật và tư tưởng.

→ Các nhà văn có thể sử dụng AI để thử nghiệm phong cách mới, nhưng không nên để công nghệ thay thế hoàn toàn khả năng sáng tạo con người.

Đưa văn học Việt ra thế giới

→ Dịch thuật chất lượng cao kết hợp với AI có thể giúp tác phẩm văn học Việt đến với độc giả quốc tế nhanh hơn, nhưng vẫn cần sự kiểm duyệt của con người để đảm bảo tinh thần nguyên bản.

→ Các hội thảo văn học, festival văn hóa cần tăng cường đưa những tác phẩm văn học hiện đại của Việt Nam đến với thị trường quốc tế.

3. Kết luận

– Trách nhiệm và sứ mệnh của thế hệ mới

Văn học Việt Nam không thể đứng ngoài dòng chảy thời đại, nhưng cũng không thể để mất đi bản sắc riêng. Các nhà văn, nhà nghiên cứu và thế hệ sáng tác mới cần tìm ra cách để cân bằng giữa tinh thần dân tộc và sự hội nhập toàn cầu.

- Những giá trị cốt lõi cần giữ vững:

Tính nhân văn sâu sắc
Sự kết nối với lịch sử, truyền thống
Khả năng phản ánh thực tại và định hướng tương lai

-Những yếu tố cần tiếp nhận:

Công nghệ hiện đại, đặc biệt là AI trong sáng tác và xuất bản
Các xu hướng văn học toàn cầu để giao lưu và học hỏi

- Mục tiêu cuối cùng:

Tạo ra một nền văn học Việt Nam vừa mang bản sắc dân tộc, vừa có tính toàn cầu
Định vị văn học Việt Nam trên bản đồ thế giới với những tác phẩm mang giá trị trường tồn

HÀ NGUYÊN DU

HÀ NGUYÊN DU
MẬT HOA

1/

Gò trăng
lóng lánh
sương hồng

Ơi chân nắng
đã say
mòng hồn lam

Khoan động
túi noãn
tay chàm

Em yêu
ngát nhụy
nội hàm tế sương

(thơ khuya ngón thần
nõn nường!)

canh u ám muội
đồi nương
mượt tràm

2/
Cồn lau lách
nước khe thâm

du thân
đại lộng
hồn lâm chướng
diều

chòng chành
tàu lắt lư
phiêu

em hoa sương
sớm
ta xiêu …
nắng bừng!!

3/
Trăng người
Nào khác
Trăng quê

Cũng khuê các
Ngọc
Cũng tê tái vàng

Hồn ta song cửa
Đa đoan
Trăng em thiên
mệnh
Ngàn vàng mật hoa

HÀ NGUYÊN DU
Jul 23/24 9:02 PM

HÀ NGUYÊN DU

"Vũ Điệu Hồi Sinh"

Chừng huyễn ngã, khuyết thương trăng lưỡi liềm,
Run nhánh tay hạ, cạn dòng nhựa buông,
Rã điệu ve ru bồi hồi trong gió lộng,
Thêm rộn ràng tiếng gọi phía hoàng hôn.

Cơn mơ đến, vó ngựa phi cuồng động,
Khơi tàn tro, thắp cháy khối u câm,
Cánh tay nâng, cả bầu trời bất tận,
Kích cảm đền đài, sụp đổ thanh âm.

Hành hiệp bước, ngọn gió dấy ngàn vân,
Đời réo gọi, sóng ngầm cuồn cuộn trỗi,
Lụy với đất, cảm trời cao sắc mới,
Khuyết rồi đầy, chu kỳ thức ngàn năm.

Vó phi mã, đá cũng lở thành dòng sông,
Dòng sông cuốn, thấm rừng sâu réo vang,
Lửa đỏ bừng, hóa bầu trời thất tán,
Đất nghiêng mình, đón giấc mộng kinh bang.

Đền đài cũ, hóa cội nguồn bừng sáng,
Tia nắng đầu, gieo thức tỉnh trăm năm,
Đáy vơi đầy, theo trăng soi hạt ngọc,
Chiếu xuống lòng, thắp ánh lửa phù vân.

Run tay hạ, nhưng tim người vẫn vững,
Rễ bám sâu, tìm giọt nhựa hồi sinh,
Ngọn gió mới cuốn bụng ta đôi cánh,
Bay vượt ngàn, về phía ánh bình minh.

Hạt nắng rơi, xuyên tầng mây khẽ gọi,
Nhựa sống trào, căng nhịp bước trung trinh
Từ bóng tối, khơi mầm xanh bất tận,
Khắp không gian, rực rỡ ánh bình minh.

Hồn phiêu lãng, vượt ngàn trùng bể sóng,
Chạm tầng cao, vươn tới cõi bồng mơ,
Gió khẽ hát, hóa thành câu diễm tuyệt,
Dệt trời sao, khoác áo ánh vàng thơ.

Hơi đất nóng, nảy sinh đời bất bại,
Cánh chim trời, chở mộng đến tương lai,
Nhựa cuộn chảy, thân cây gầy bật sống,
Gió reo hò, vang khúc điệu thiên thai.

Tiếng trống dội, giữa lũng đời rực lửa,
Lời triệu hồi, hỡi chiến mã kiêu hùng,
Tựa triều dâng, những tầng cao bừng tỉnh,
Đưa nhân gian, vào bậc thánh vinh chung.

Hỡi bóng tối, hãy lùi về đáy vực,
Nhường nơi đây, cho ánh sáng ngời lên,
Vầng nguyệt khuyết, hòa cùng dòng hiện tại,
Tạc kiếp người, ngàn vạn bậc thiên nhiên.

HÀ NGUYÊN DU

(Thơ cấu trúc)

DIỄM
GIẤC MƠ ĐÊM QUA CÒN NHỚ ĐƯỢC ĐIỀU GÌ?

Đó là khi trời hừng sáng
Tia nắng đầu tiên như nụ hôn cánh bướm của bình minh
khẽ chạm rèm mi
Như một ổ bánh mì
Em muốn nằm nướng thêm một chút
Muốn lăn qua, lăn lại cho vàng giòn, thơm phức
Rồi bẽn lẽn mỉm cười đón nhận tách cà phê

Chợt nhận ra mình thật ngô nghê
Không lưu giữ được những gì đáng nhớ
Hạnh phúc thì mong manh, dễ vỡ
Đau khổ lại thấm sâu, héo cạn tâm hồn
Uống một ly nước lọc đầy chắc sẽ hữu ích hơn
sẽ “going-on, moving-on” với những “suy nghĩ lớn”*

Ngoài kia là một ngày đầy nắng
Sẽ vơi đi u uẩn của giấc mơ nếu là giấc mơ buồn
Sẽ nối dài thêm nếu là giấc mơ vui, lấp lánh ... lấp lánh...
kỷ niệm xưa

*

Có người từng nói đùa:
"If you want your dream to come true, just simply go to sleep"
Phải chăng giấc mơ là nơi ta trốn vào lười biếng, tìm nơi ngủ thiếp?
Có bài nhạc lại hát rằng:
"Giấc mơ là nơi Tình Yêu bắt đầu"
Ôi ôi! Biết đâu là đâu?
Thế nào là thế nào?

Giấc mơ phải chăng là những khoảnh khắc ngọt ngào
Ta tìm lại được món quà từ đáy rương ký ức
Hay là điều ta ước ao có được
mà đời thường khó thể hoàn thành,
là những chân trời xa tít màu xanh,
những gương mặt thân yêu ta mong được gặp.

Hmm huhmm!
Giấc mơ là những điều hiếm hoi nhưng … có thật!
Nhớ được gì… xin hãy kể em nghe!

DIỄM
July 4, 2024

DŨNG NGUYÊN
BỨC TRANH

1.

Từ bút pháp cho đến bố cục nội dung và cách phối hợp gam mầu trong bức tranh, hoàn toàn đúng phong cách – không ai khác hơn – của danh hoạ Pablo Picasso. Ông Hoàng Thịnh, một chuyên gia về hội hoạ thuộc hàng bậc nhất Thành phố ,nhìn lên bức tranh có tên " Corrupt in war"(Sự tha hoá trong chiến tranh) mà ông cho là của Pablo Picasso treo trên tường, nơi trang trọng nhất của phòng Trưng bày Mỹ thuật của ông. Ông luôn chứng minh với mọi người về tính xác thực của bức tranh. Ông phân tích một cách sâu sắc về nội dung bên trong bức hoạ thuộc trường phái lập thể . Và tính triết lý và tư tưởng một nền văn minh mới theo chủ nghĩa hiện thực. Mỗi lần nói chuyện về bức tranh ông luôn thu hút người nghe. Ông hiểu rất rõ về những gì mà họ muốn biết về bức tranh. Với kinh nghiệm của một diễn giả từng trải, ông Hoàng Thịnh đảo mắt nhìn khán giả từ hàng ghế đầu cho đến cuối gian phòng, với giọng nhẹ nhàng đầy thu hút, ông nói : " Thật tình cờ, là một nhân duyên

-2-

cho tôi có được bức tranh nầy mà không thông qua mua bán". Mắt ông nhìn lên bức tranh như một tín đồ nhìn lên tượng Thánh. ''Mà làm sao mua nổi bức tranh nầy chứ - ông nói . Vì cái giá trị của nó quá lớn, hơn những gì tôi có hôm nay !" Ông Hoàng Thịnh lấy năm ngón tay thoa nhẹ lên góc dưới của bức tranh lòng đầy xúc động khiến mọi người rung cảm theo ông. ''Bức tranh nầy tôi được một người bạn Hoạ sỹ mang tặng - ông kể lại – sau một cơn bạo bệnh mà ông ta đã vật lộn trong nhiều tháng. Ông bạn ấy nói với tôi, ông sẽ đi thật xa, không biết sống sót được bao lâu để trở về gặp lại bạn bè. Nên ông quyết định đem bức tranh – xem nó như một báu vật - đến trao gửi cho tôi. Một người mà ông luôn tin tưởng ,sẽ không vì lợi ích đem nó đi rao bán. Ông bạn Hoạ sỹ của tôi kể lại rằng, bức tranh xuất xứ từ một người bạn của ông là một Bác sỹ Việt kiều nổi tiếng sống tại Pháp tặng cho ông. Ông Bác sỹ được một bệnh nhân người Tây Ban Nha mang bức tranh đến tặng để tỏ lòng biết ơn đã cứu mạng. Nhưng vị BS nầy lại chẳng mấy quan tâm đã đem bức tranh liệng vào nhà kho, chung với đồ phế thải. Trong lúc dọn nhà đi nơi khác, ông BS mới nhặt bức tranh cũ kỹ nầy đem tặng cho ông Hoạ sỹ từ Việt Nam sang Pháp ghé thăm ông. Người Hoạ sỹ đó là bạn tôi. Hình như ông bạn hoạ sỹ của tôi không hiểu hết giá trị của bức tranh. Chính đó là tác phẩm được Pablo Picasso, một Hoạ sỹ thiên tài đã vẽ vào khoảng năm 1939, thời kỳ đầu thế chiến thứ hai. Nhân ông đang ngồi

-3-

trong quán cà phê nhìn thấy một đoàn quân xa đang chuyển quân qua một làng quê. Trên đó, binh lính chen nhau, o ép trên chiếc xe vô cùng chật chội này làm cho những người lính hoàn toàn trở nên biến đổi về nhân dạng, mất đi sự cân đối cơ thể con người. Sự o ép đã tạo nên sự tha hoá về thể chất đưa đến tha hoá tinh thần. Đó là nguyên nhân làm đảo lộn về nguồn cội đạo đức xã hội". Quí vị thấy đó – ông Hoàng Thịnh chỉ vào bức tranh giải thích một cách hào hứng : "Đây là một hoạ phẩm thể hiện tinh thần phản chiến thuộc bậc nhất trong mọi thời đại. Chính chiến tranh là địa ngục, là nỗi thống khổ của loài người. Nó làm biến đổi toàn diện về mặt tinh thần và thể xác con người." Quí vị hãy nhìn- ông nói : "Cái ngón tay trong bức hoạ được tạo thành hình khối sắc nét bất thường trong tưởng tượng. Còn khuôn mặt một nửa méo mó với con mắt và cái miệng gảy theo chiều đứng trong môi trường sống đã biến đổi, chuyển sang một thực thể ảm đạm, chết chóc qua sự pha trộn màu sắc lạnh vô thực" . Ông nói tiếp : "Tất cả đã thể hiện một cuộc sống không bình thường, thành sự tạm bợ tiếp diễn của nhân sinh. Đây thực sự là tinh thần bên trong bức hoạ này của Pablo Picasso "– ông liếc mắt xuống mọi người một cách tự hào.

Ông vừa dứt lời, nhiều tiếng vỗ tay hoan hô vang cả gian phòng. Bổng có tiếng người nào đó nói lớn :" Đừng tin ông ta và bức tranh".Mọi người ngừng lại, quay nhìn về hướng người vừa nói. Đó là một người đàn ông ở tuổi trên 50. Thân hình gầy khọm với gương mặt khắc khổ, hàm râu không tỉa tót, tóc phủ xuống ngang vai.Trong đám đông có người hỏi :

-4-

- Ông là ai. Sao dám phát biểu như vậy ?

Bổng ông Hoàng Thịnh kêu lên :

- Ồ ! Hoạ sỹ Trịnh Bửu ?

- Đúng. Tôi đây – người đàn ông khắc khổ trả lời. Tôi tưởng rằng ông không còn nhớ đến người Hoạ sỹ nghèo khổ và bất tài này chứ ? Có lẽ, với một chuyên gia Mỹ thuật nổi tiếng như ông sẽ không vui khi gặp lại tôi. Một người bạn Hoạ sỹ mang đầy bệnh tật đã biệt tích giang hồ từ lâu. Nhưng về phần tôi – Trịnh Bửu nói.Tôi cũng chẳng lấy gì làm vui khi gặp lại ông, trong lúc mọi người đang tung hô, muốn nghe lời vàng ý ngọc từ ông. Nhưng rất tiếc, mục đích của tôi về đây lại chẳng hay ho gì. Tôi muốn nói cho mọi người biết rằng cái bức tranh mà ông Hoàng Thịnh lúc nào cũng thần thánh hoá và dựa vào nó để phát danh không phải là của danh hoạ Pablo Picasso.

- Ồ ! – phát ra từ đám đông.

- Ông đang nói gì vậy Trịnh Bửu ? – ông Hoàng Thịnh lên tiếng. Ông nên thận trọng lời nói của ông trong lúc nầy. Vì ông đang ở trong phòng Trưng bày Mỹ thuật của Hoàng Thịnh. Không kềm chế được lòng

-5-

mình, ông Hoàng Thịnh nói gằng từng tiếng vừa nhắc nhở vừa đe doạ vị khách không mời mà đến.

- Xin quí vị hãy tin tôi – Trịnh Bửu nói. Đó là sự thật. Ông Hoàng Thịnh có dám đánh cược với tôi không ? Tôi xin dành cho ông Hoàng Thịnh một thời gian để kiểm chứng về tính xác thực của bức tranh. Nếu khi ông đã xác thực bức tranh xong , ông có dám đóng cửa Phòng Trưng bày này và từ bỏ cả danh hiệu Nhà nghiên cứu Hội hoạ Đông Tây kim cổ của ông không ? Tôi cho ông thời hạn 10 ngày để ông tìm ra tính xác thực của bức tranh, có phải là của Pablo Picasso hay không. Và tôi không ngần ngại gì mà không cho ông biết tên Hoạ sỹ thực sự của bức tranh đã bị tiếm xưng.Ông sẽ tìm thấy ở bên góc trái của bức tranh có chữ BL rất nhỏ. Mọi người ồ lên ! Tôi tin rằng ông Hoàng Thịnh sẽ hiểu ý nghĩa chữ BL là gì và đó là bút danh của ai. Nói đến đây, hình như ông Trịnh Bửu không cần sự trả lời của Hoàng Thịnh, ông lầm lũi ra đi.

2.

Bạn bè trong giới Hoạ sỹ, khi nghe tin Trịnh Bửu vẫn còn sống và đã trở về Thành phố, họ tìm đến thăm anh. Phần lớn bạn bè tỏ ra lo ngại cho Trịnh Bửu về cuộc cá cược với Hoàng Thịnh như đang loan truyền trong thành phố. Không ai tin rằng Trịnh Bửu sẽ thắng. Vì với một người có kiến thức

-6-

thâm sâu và đầy kinh nghiệm trong lĩnh vực mỹ thuật và hội hoạ như Hoàng Thịnh thì không thể sai lầm khi đánh giá một tác phẩm. Nhưng riêng Trịnh Bửu lại tỏ ra đầy tự tin. Để cho bạn bè tin anh, buộc lòng anh phải kể ra câu chuyện của đời mình liên quan đến bức tranh cho bạn bè nghe.

Trịnh Bửu kể : Trước đấy, tôi với Hoàng Thịnh là đôi bạn rất thân. Vì chúng tôi cùng học chung trường Mỹ thuật Thành phố và là đồng hương Miền trung. Mặc dầu là bạn thân, nhưng chúng tôi tính cách hoàn toàn khác nhau.Tôi thì nhút nhát, sống khép kín. Còn Hoàng Thịnh hoạt bát, hơi khoe khoang, rất thực dụng, chịu khó đọc sách mọi thể loại văn chương và hội hoạ. Nên Hoàng Thịnh rất có khoa ăn nói, thu hút nhân tâm. Dù sống khép kín, nhát gái nhưng tôi lại được Mỹ Linh, một nữ sinh viên cùng trường đem lòng yêu. Và chúng tôi đã trở thành cặp tình nhân đẹp đôi trước mặt mọi người. Một hôm Mỹ Linh có ý muốn đưa tôi về nhà cô, với ý định giới thiệu với ba mẹ. Nhưng vì tính nhút nhát nên tôi đưa Hoàng Thịnh cùng đi theo. Tôi không ngờ nhà Mỹ Linh giàu lắm, có cả một gian hàng trưng bày tranh ảnh và đồ cổ lớn nhất vùng Chợ cũ. Tôi không ngờ chính hôm đó là cơ hội tốt cho Hoàng Thịnh có dịp phô diễn kiến thức hội hoạ của mình với ba mẹ Mỹ Linh. Và anh ta đã lấy được lòng ông ba ngay từ đó. Đến khi chúng tôi cùng ra trường, một tháng sau Mỹ Linh cho tôi biết ba me cô buộc cô phải đi lấy chồng. Tôi buồn lắm ! Xét về môn đăng hộ đối, ba mẹ Mỹ Linh không thể nào chấp nhận tôi! Thời đó,một người con

-7-

gái trong một gia đình danh giá thì làm sao dám chống lại lệnh của cha mẹ ! Chúng tôi chỉ biết ôm nhau khóc trong tuyệt vọng ! Một tháng sau, Mỹ Linh báo cho tôi biết vị hôn phu của cô không ai khác là Hoàng Thịnh. Người bạn thân nhất của tôi. Hoàng Thịnh rất hiểu rõ tôi và Mỹ Linh yêu nhau đến mức nào ! Tôi đau khổ và uất hận. Nhưng tôi nén lòng khuyên Mỹ Linh hãy quên tôi và tìm hạnh phúc với người mình không yêu cho vừa lòng ba mẹ. Từ đó, tôi bỏ thành phố ra đi. Tôi đến một vùng quê xa xôi, ở đó người ta không biết tôi là ai. Tôi đau khổ trong tình yêu và oán hận về tình bạn ! Tôi sống tự dày vò trong cô độc và buồn phiền suốt hai năm. Một hôm tôi thức tỉnh, quyết định đứng lên. Tôi bắt đầu làm lại cuộc đời bằng mọi cách để trả mối hận trong lòng. Tôi phải làm tất cả để vạch mặt và chứng minh cho mọi người thấy Hoàng Thịnh là một tên nguỵ quân tử. Một trí thức đầy thủ đoạn, cướp lấy người yêu của bạn thân. Từ đó tôi vẽ như như điên mục đích kiếm nhiều tiền nhằm thực hiện kế hoạch của mình. Tôi liên lạc với một số bạn bè đang sống bên Pháp nhờ hổ trợ. Bạn tôi bên Pháp đã gửi về cho tôi từng xấp vải làm nền, thanh gỗ và hộp màu xuất xứ từ Tây Ban Nha để tôi thực hiện vẽ tranh mô phỏng theo tranh của Pablo Picasso mà Hoàng Thịnh đang thần tượng. Tôi miệt mài nghiên cứu một cách tỉ mỉ từng nét hoạ của Picasso. Tôi lặp đi lặp lại ngày này qua ngày khác theo từng nét vẽ, xây dựng bố cục nội dung, pha trộn các gam màu sao cho giống tranh Picasso. Mất hết ba năm. Bạn bè tôi , những người bạn hoạ sỹ thành danh bên Pháp mới chấp nhận bức hoạ " Corrupt in war" hiện đang treo tại phòng trưng bày của Hoàng Thịnh. Bức

-8-

tranh đó, sau khi hoàn chỉnh được gửi sang Pháp để bạn bè tôi đưa sang Tây Ban Nha cho một người bạn, người Tây Ban Nha. Người bạn này làm cho bức tranh cũ đi và cho nó bị trầy sướt do lưu lạc trong thời gian dài. Bức tranh ở lại Tây Ban Nha mất hết hai năm. Sau đó đưa về Pháp cho bạn tôi , một Bác sỹ nổi tiếng tại Marseille bỏ vào kho đồ phế thải. Khi tôi sang Pháp, vị Bác sỹ này lấy bức tranh tặng tôi. Khi tôi trở về Saigon, được một người bạn mời hợp tác tại một phòng tranh ở đường Tự Do. Và cũng là lúc nhiều tin tức từ Pháp – trong giới Hoạ sỹ Việt kiều - tung tin về Việt Nam rằng tôi được BS Liên Bang tặng bức tranh chính Pablo Picasso vẽ vào thời kỳ đầu Đệ nhị Thế chiến. Bức tranh đã bị thất lạc nhiều năm tại Tây Ban Nha. Tôi ở lại Phòng tranh đường Tự Do một thời gian ngắn, tôi lại bỏ Saigon ra đi một lần nữa. Rồi từ đó bạn bè tôi tung tin tôi bị một chứng bệnh ngặt nghèo dưới dạng ung thư. Trên một năm sau tôi trở lại Saigon với thân hình tiều tuỵ, chán đời mất hết sức sống. Tôi tìm đến Hoàng Thịnh với bộ dạng như người sắp chết. Tôi cho ông biết, tôi bị bệnh nặng lắm và sắp "đi xa" ! Không biết tôi còn có dịp trở về gặp lại bạn bè hay không ! Tôi nói với giọng bi quan như lời trăng trối của người đi vào cõi chết. Tôi trao cho ông một "báu vật" của đời tôi – tôi nói như vậy - và xin Ông cất giữ dùm cho. Tôi nhìn ông ta với đôi mắt khẩn cầu . Tôi nói với ông, đây là bức tranh của Pablo Picasso và thuật lại đầy đủ lai lịch của nó, tôi nói: " Chỉ có anh mới đủ đức độ và tư cách giữ nó mà không đem rao bán". Ông ôm tôi,hình như nước mắt của ông rơi ấm cả vai tôi – như thật ! Từ đó tôi kiên nhẫn chờ đợi cho uy tin và tiếng tăm của Hoàng Thịnh

-9-

càng ngày càng nổi và bức tranh được nhiều người tưởng rằng đó là bức tranh của Pablo Picasso như ông Hoàng Thịnh luôn rao truyền. Lúc đó tôi mới xuất hiện, và cho mọi người biết sự thật về Hoàng Thịnh. Ông ta chỉ là một tên nguỵ quân tử không đáng được tôn vinh và bức tranh "Corrupt in war" đó không phải của Picasso mà là của chính tôi đã hoạ.

3.

Mười ngày sau, mọi người tập trung đến Phòng Trưng bày Mỹ thuật Hoàng Thịnh. Tất cả vô cùng ngạc nhiên với tấm bảng treo trước cửa : " Xin cáo lỗi cùng quí vị, Phòng Trưng bày Mỹ thuật Hoàng Thịnh, kể từ hôm nay đóng cửa vĩnh viễn". Nhiều người ngơ ngác, không biết chuyện gì đang xảy ra. Rồi có người cho biết, Hoạ sỹ Trịnh Bửu cũng đã ra đi từ sáng sớm. Ông để lại cho bạn bè một bức thư như sau :

" Khi các bạn đọc bức thư này thì tôi đã đi thật xa, có lẽ chúng ta không còn có dịp gặp lại nhau ! Bây giờ các bạn đã biết tôi và Hoàng Thịnh ai là người thắng cuộc rồi ?

Nhưng riêng tôi, sau khi giành được chiến thắng mới hiểu ra rằng : Tôi và Ông ấy đều là người "thua cuộc". Trước khi tiến hành cuộc trả thù , tôi luôn tưởng tượng một ngày nào đó tôi hạ gục được địch thủ. Ngày đó, tôi sẽ hạnh phúc biết bao. Vì tôi đã trả được mối thâm thù . Nhưng tôi đã lầm. Vì giờ đây, tôi càng đau khổ nhiều hơn ! Vì chính sự thắng cuộc của tôi đã xô người tôi yêu đi đến đường cùng của cuộc đời. Nàng đã mất hết niềm tin trong cuộc sống và không còn biết nương tựa vào ai ! Ít ra, trước đây hình ảnh của tôi là

-10-

chỗ tựa duy nhất của nàng mỗi lần nàng thất vọng và buồn phiền vì đang sống với người chồng mà mình không yêu. Còn bây giờ ? Tôi đâu còn xứng đáng để nàng nghĩ tới ! Vì tôi đã phá vỡ sự bình yên đã tồn tại nhiều năm của người một phụ nữ bất hạnh trong tình yêu đầu đời ! Tôi là người đã xem cái tôi của mình quá lớn, không nghĩ cho nàng ! Đúng,tôi là kẻ bất hạnh, kẻ thất bại hoàn toàn ! Dù là người "Chiến thắng" ! Xin các bạn hãy hiểu như vậy !

DŨNG NGUYÊN

LÊ HỮU MINH TOÁN
GỌI BUỒN

Thắp điếu thuốc cuối ngày
Gọi hồn thơ nhã nhạc
Nỗi nhớ vàng trên tay
Buồn ơi! Lên tiếng hát

Điệu nhạc khúc tình câm
Ươm đầy cơn huyễn mộng
Bản thánh ca cuối cùng
Trăm năm dài âm hưởng

Lời ca xưa ngọt ngào
Vàng phai đêm Huyền thoại
Giấc ngủ Hồng chiêm bao
Ôi! Hình hài dấu ái

Là suối lệ đầy vơi
Là tủi hờn nức nở
Nghe mùa đông nửa đời
Dắt dìu cơn mê lộ

Ơi, buồn ơi, buồn ơi!
Trũng sâu nghìn điệu đắng
Ta réo gọi tên người
Sao u hoài câm lặng …

Cuộc tình buồn đi qua
Nghìn sau in dấu vết
Mặc niệm đêm ngọc ngà
Buồn ơi! Thôi Vĩnh biệt …!!

@ LÊ HỮU MINH TOÁN

TUỆ TRUNG
NGỦ MƠ BÊN BỜ SÔNG

Ta ngủ bên bờ sông
Mơ giấc mơ rất lạ
Em chèo thuyền hát rong
Giữa ngàn con sóng vỗ.

Dòng sông đời lặng lẽ
Đưa Em đi về đâu
Buổi chiều, cơn gió lạnh
Xô giạt mảnh đời nhau.

Em ẩn mình trong gió
Cuộn theo áng mây mờ
Che nghiêng từng hạt nắng
Ta tìm được em chưa?

Em hoá thân chiếc lá
Giữa bạt ngàn rừng cây
Nhìn nhau chừng xa lạ
Gặp, nhưng nào có hay.

Em ơi, Em mênh mông
Chơi vơi cùng yêu dấu
Ta níu giấc mơ hồng
Đuổi theo cơn mộng ảo.

Em như chim trốn tuyết
Nhắm mắt vỗ cánh bay
Nơi nào Em sẽ đến
Nồng ấm hay lạnh đầy.

Em một đời lặng thinh
Nhốt mình trong bóng tối
Làm một kẻ vô tình
Khiến ta, tên phạm tội.

Em mơ chi ngày cũ
Thương đời ta gió sương
Trách nhau cuộc tình úa
Tiếc hoài ngấn lệ vương.

Có phải em gỗ đá?
Ta cỏ dại, xót xa
Em một đời câm nín
Ta hiểu một mình ta.

Nếu có ngày nắng hạ
Trong bão tuyết mùa đông
Nếu bất ngờ gặp lại
Gọi nhau vào hư không

Trong ta, cơn bão nổi
Sóng cuộn lòng biển khơi
Tụng thời kinh sám hối
Dĩ vãng dần nhạt phai..

Trong em, bao nỗi nhớ
Đã xa nhau nghìn trùng
Ta bên sông, nằm ngủ
Mơ cuộc tình bão giông.

TUỆ TRUNG

TRƯỜNG KHANH
"20 Bài Bản Tổ – Nền Tảng Vàng Son của Đờn Ca Tài Tử, Cải Lương và Nhạc Lễ Nam Bộ"

Dưới đây là danh sách và nội dung tổng lược về 20 bài tổ của Cổ nhạc miền Nam, còn gọi là ***"20 Bài Bản Tổ" trong Đờn ca tài tử, cải lương và nhạc lễ Nam Bộ. Đây là nền tảng của âm nhạc truyền thống miền Nam Việt Nam.***

I. NHÓM BỐN BÀI BẢN BỐI (BỐI LIÊN, BỐI HOA, BỐI PHONG, BỐI TỨC)

Bài BỐI LIÊN: *Vui tươi, trang trọng, thường dùng trong các nghi thức tế lễ.*

Bài BỐI HOA: *Tiết tấu nhanh, mang màu sắc hoành tráng, dùng trong lễ hội.*

Bài BỐI PHONG: *Hùng tráng, diễn tả uy nghiêm, thích hợp cho các màn võ thuật.*

Bài BỐI TỨC: *Giai điệu chậm rãi, mang tính tự sự, dùng trong các nghi lễ tiễn biệt.*

II. NHÓM BỐN BÀI BẢN NAM (NAM AI, NAM BÌNH, NAM XUÂN, NAM THƯƠNG)

Bài NAM AI: Chậm rãi, buồn man mác, diễn tả tâm trạng đau thương, chia ly.

Bài NAM BÌNH: *Giai điệu ôn hòa, chậm rãi nhưng không quá bi thương, dùng để diễn tả tâm trạng trầm tư.*

Bài NAM XUÂN: Mang hơi hướng tươi vui, thể hiện sự thanh thản, nhẹ nhàng.

Bài NAM THƯƠNG: *Màu sắc u buồn hơn Nam Bình, dùng để diễn tả cảnh biệt ly, nhớ nhung.*

III. NHÓM BỐN BÀI BẢN BẮC (BẮC PHẠN, BẮC CẦN, BẮC PHONG, BẮC CÔNG)

Bài BẮC PHẠN: *Giai điệu trang nghiêm, thường dùng trong nhạc lễ Phật giáo.*

Bài BẮC CẦN: *Nhanh hơn Bắc Phạn, mang sắc thái khích lệ tinh thần, thích hợp cho những cảnh hành động.*

Bài BẮC PHONG: *Mạnh mẽ, thể hiện uy nghi, thích hợp cho các cảnh chiến đấu.*

Bài BẮC CÔNG: *Thể hiện sự phấn khởi, niềm vui chiến thắng, thường dùng trong các lễ hội lớn.*

IV. NHÓM BỐN BÀI BẢN OÁN (PHỤNG HOÀNG, LƯU THỦY, PHỤNG CẦM, VỌNG PHỤNG)

Bài PHỤNG HOÀNG: *Bay bổng, du dương, thường được sử dụng trong các tiết mục hoàng gia.*

Bài LƯU THỦY: *Nổi tiếng với giai điệu nhanh, linh hoạt, thể hiện sự hối hả hoặc chuyển biến tâm trạng.*

Bài PHỤNG CẦM: *Mang nét trang trọng, phù hợp với các buổi tiệc lớn.*

Bài VỌNG PHỤNG: *Dáng dấp uy nghi, diễn tả cảnh cung đình hoặc sự cao quý.*

V. NHÓM BỐN BÀI BẢN TÀO (TÀO KHƯƠNG, TÀO XUÂN, TÀO AI, TÀO LONG)

Bài TÀO KHƯƠNG: *Tươi vui, hùng hồn, thể hiện khí thế hào hùng.*

Bài TÀO XUÂN: *Nhẹ nhàng, lãng mạn, thường thể hiện cảnh mùa xuân thanh bình.*

Bài TÀO AI: *U buồn, sâu lắng, thể hiện nỗi lòng người xa quê hay mất mát trong cuộc sống.*

Bài TÀO LONG: *Hòa trộn giữa hoành tráng và sâu lắng, thể hiện sự trưởng thành và bền bỉ.*

TỔNG KẾT
Bốn nhóm chính:

Bài bản Bối – *trang trọng, uy nghiêm.*
Bài bản Nam – *chậm rãi, buồn man mác.*
Bài bản Bắc – *mạnh mẽ, trầm hùng.*
Bài bản Oán và Tào – *cảm xúc đa dạng, từ bay bổng đến bi thương.*

Bộ 20 bài này là nền tảng của nhạc lễ Nam Bộ, đờn ca tài tử, và cải lương. Mỗi bài mang một sắc thái và ứng dụng khác nhau, tạo nên sự phong phú trong nghệ thuật âm nhạc truyền thống Việt Nam.

TRƯỜNG KHANH

TRƯỜNG KHANH
"Hào Quang Một Thuở – Những Tượng Đài Bất Hủ Của Cải Lương Và Đờn Ca Tài Tử Nam Bộ"

Nền âm nhạc cổ truyền và cải lương Nam Bộ từng có thời kỳ huy hoàng, sản sinh ra nhiều nghệ sĩ tài danh, góp phần bảo tồn và phát triển tinh hoa văn hóa dân tộc. Dưới đây là những tên tuổi thượng thặng bậc nhất, những người đã làm rạng danh nghệ thuật cải lương và đờn ca tài tử trong suốt hàng thập kỷ qua, trước khi bị làn sóng âm nhạc phương Tây lấn át.

I. NHỮNG DANH CẦM VÀ NHẠC SƯ KIỆT XUẤT

Đây là những bậc thầy trong đờn ca tài tử và nhạc lễ Nam Bộ, đặt nền móng cho âm nhạc cải lương:

Nhạc sư Nguyễn Quang Đại (Ba Đợi) – Người có công khai sáng đờn ca tài tử Nam Bộ cuối thế kỷ 19.

Nhạc sư Cao Văn Lầu (Sáu Lầu) – Tác giả bài Dạ Cổ Hoài Lang, tiền thân của vọng cổ, một trong những viên ngọc quý của âm nhạc cải lương.

Nhạc sư Trần Quang Quờn – Một trong những người truyền bá và gìn giữ các bài bản tổ.

Nhạc sư Nguyễn Vĩnh Bảo – Một huyền thoại của đàn tranh Việt Nam, góp phần đưa đờn ca tài tử vươn ra thế giới.
Nhạc sư Chín Kỳ (Võ Văn Kỳ) – Một trong những bậc thầy về đờn tranh.

Nhạc sĩ Bảy Bá (Viễn Châu) – "Vua vọng cổ", sáng tác hơn

2.000 bài vọng cổ, trong đó có những tác phẩm bất hủ như Tình Anh Bán Chiếu, Võ Đông Sơ - Bạch Thu Hà...

II. NHỮNG GIỌNG CA LỪNG LẪY TRONG LỊCH SỬ CẢI LƯƠNG

Đây là những nghệ sĩ có công định hình phong cách ca vọng cổ và cải lương, đưa bộ môn này lên đỉnh cao:

Út Trà Ôn – Được mệnh danh là "Đệ Nhất Danh Ca Vọng Cổ", giọng ca vàng trong làng cải lương.

Năm Nghĩa – Một trong những giọng ca tiên phong, sáng lập nhiều đoàn cải lương lớn.

Ba Vân – Một nghệ sĩ đa tài, không chỉ ca giỏi mà còn xuất sắc trên sân khấu.

Phùng Há – Một đại thụ của sân khấu cải lương, người có công truyền nghề cho thế hệ sau.

Bạch Công Tử & Hắc Công Tử (Lê Công Phước & Trần Trinh Huy) – Những nghệ sĩ – doanh nhân đóng góp lớn vào thời hoàng kim của cải lương.

Thanh Nga – "Nữ hoàng sân khấu", tài sắc vẹn toàn, góp phần làm rực rỡ cải lương trước năm 1975.

Hữu Phước – Cha của danh ca Hương Lan, giọng ca vàng trong thập niên 60-70.

Minh Cảnh – Nghệ sĩ cải lương vang danh với giọng ca đặc biệt, vang rền mà sâu lắng.

Minh Vương – Một trong những giọng ca tiêu biểu của cải lương Nam Bộ.

Lệ Thủy – Nữ nghệ sĩ gạo cội, có công gìn giữ và phát triển

cải lương trong nhiều thập kỷ.

Bạch Tuyết – Được mệnh danh là "Cải Lương Chi Bảo", là người góp công lớn trong việc đưa cải lương vào đời sống hiện đại.
Ngọc Giàu **– Một giọng ca đặc biệt, có sức ảnh hưởng lớn đến thế hệ nghệ sĩ sau.**

Tài Linh – Một trong những nghệ sĩ cải lương đình đám giai đoạn cải lương video thịnh hành.

III. NHỮNG TÁC GIẢ VÀ SOẠN GIẢ VỌNG CỔ, TUỒNG CẢI LƯƠNG BẬC THẦY

Viễn Châu – Như đã đề cập, ông là "Vua vọng cổ" với hàng ngàn sáng tác.
Hoa Phượng – Soạn giả tài năng với nhiều vở kinh điển.
Nguyễn Thành Châu (Năm Châu) – Được xem là "Ông tổ cải lương hiện đại".

Thế Châu – Soạn giả của nhiều vở cải lương vang bóng một thời.
Yên Lang – Một trong những soạn giả xuất sắc, tạo dấu ấn với vở Đêm Lạnh Chùa Hoang.

IV. NHỮNG GIAI ĐOẠN HOÀNG KIM CỦA CẢI LƯƠNG

Giai đoạn 1930 – 1950: Cải lương phát triển mạnh nhờ đờn ca tài tử, các đoàn hát nổi lên như Phước Cương, Tân Thinh, Nam Hồng...
Giai đoạn 1950 – 1975: Thời hoàng kim với sự xuất hiện của những tượng đài như Út Trà Ôn, Thanh Nga, Minh Cảnh, Hữu Phước...
Giai đoạn 1975 – 1990: Cải lương vẫn duy trì sức hút với sự góp mặt của Minh Vương, Lệ Thủy, Tài Linh, Thanh Kim Huệ...

Giai đoạn sau 1990: Cải lương bắt đầu suy yếu khi âm nhạc phương Tây du nhập mạnh, cải lương video bùng nổ nhưng không giữ được chất lượng như trước.

V. VÌ SAO CẢI LƯƠNG & ĐỜN CA TÀI TỬ SUY TÀN?

Ảnh hưởng của âm nhạc phương Tây: Thế hệ trẻ chuộng nhạc pop, rock, hip-hop hơn là cải lương.
Mất dần không gian biểu diễn: Các đoàn cải lương truyền thống bị giải thể, sân khấu cải lương ngày càng ít khán giả.
Thiếu lớp kế cận xứng đáng: Các nghệ sĩ cải lương trẻ khó duy trì được sức hút như thế hệ trước.
Thay đổi thị hiếu: Khán giả ngày nay thích các chương trình giải trí nhanh, thay vì những vở diễn dài hàng giờ.

VI. LÀM GÌ ĐỂ BẢO TỒN VÀ PHÁT TRIỂN CẢI LƯƠNG?

Đưa cải lương vào giảng dạy chính thức tại trường học.
Ứng dụng công nghệ để cải tiến, nhưng vẫn giữ hồn cốt truyền thống.
Khuyến khích sáng tạo các tác phẩm mới phù hợp với thời đại.
Tăng cường quảng bá cải lương trên các nền tảng số như YouTube, TikTok...

KẾT LUẬN

Cải lương và đờn ca tài tử là tinh hoa văn hóa Nam Bộ, từng có thời đại huy hoàng với những nghệ sĩ lừng danh. Dù bị lấn át bởi âm nhạc phương Tây, nhưng nếu có sự đầu tư và giữ gìn đúng cách, cải lương vẫn có thể sống lại mạnh mẽ trong tương lai.

Chúng ta có thể làm gì để bảo tồn nghệ thuật này? Bạn có ý kiến gì về việc phục hưng cải lương không?

TRƯỜNG KHANH

TRẦN QUÝ TRUNG
THIÊN NHIÊN VÀ TÔI

Hãy để tôi về với thiên nhiên
Yêu cây, yêu cỏ, khỏi ưu phiền
Yêu núi, yêu sông, yêu biển mặn
Dưới bóng thiều quang, nhớ bạn hiền

Đời là bể khổ, tôi không khổ
Có thơ, có nhạc, xóa thương đau
Tu thân, rèn trí, quên đầu bạc
Bao dung, nhẫn nhục, chẳng ưu sầu

Cây cao, bóng cả, ơn mưa móc
Yêu thương sinh vật, đạo từ bi
Tấm thân ngũ uẩn như bèo bọt
Quyết tâm từ bỏ tham, sân, si

Hiện tại nhiệm màu luôn trân quý
Niết bàn, cực lạc tại ngay đây
Sinh tử luân hồi là quy luật
Vô thường bàng bạc khắp chốn này

TRẦN QUÝ TRUNG
October 9.2023   5: 00 AM

HUỲNH VIẾT TƯ

1.Phù sa Thu Bồn nuôi dưỡng những làng nghề truyền thống nổi tiếng ở Hội An

Người ta thường ví cuộc đời mỗi con người như một dòng sông, thăng trầm trôi qua những bến bờ thân quen và xa lạ, để khám phá cuộc sống và neo giữ trong lòng những ký ức thăm thẳm về dòng chảy riêng mình. Dòng sông không chỉ giản đơn là hình ảnh những con sóng nhấp nhô trêu đùa, những buổi trưa hè tuổi thơ tung tăng tắm mát, tiếng người mẹ quê ầu ơ ru con ngủ dưới rặng tre già, có lúc yên ả tĩnh lặng mùa thu, có khi ầm vang thác đổ đỏ ngầu, tuôn chảy như con quái vật há miệng sẵn sàng nuốt chửng những làng quê… Dòng sông còn là những ký ức thẳm sâu với bao dấu ấn về những thăng trầm lịch sử, tạo nên những vỉa trầm tích theo thời gian đi qua đời sông, đời người. Tôi đã đi dọc dòng sông nhiều lần, ngủ qua đêm nhiều lần trên dòng Thu Bồn, cảm nhận sự mênh mang đến vô cùng của đất trời và lắng nghe những trầm tư sông nước...

Phố Hội xưa kia đã có một thời nổi tiếng với tên gọi Faifo mà các thương nhân Nhật Bản, Trung Quốc, Bồ Đào Nha, Y Pha Nho v.v… đã ghé đến từ thế kỷ XVI, XVII. Lúc bấy giờ, thương cảng Hội An đã thịnh vượng và sầm uất, là trung tâm buôn bán vùng Đông Nam Á, một trong những trạm đỗ chính của thương thuyền vùng Viễn Đông. Cái tên Hội An đã từng nổi tiếng trên thương trường quốc tế, chỉ một nơi mà có nhiều tên gọi khác nhau như Lâm Ấp, Faifo, Hoài Phố, Hội An.

Mẹ và Quê hương! Làm sao ta có thể chọn được nơi chốn để sinh thành? Thời gian ngày qua ngày đẩy lên đến độ nhạt nhòa, hư thực đan xen ảo ảnh. Sự tồn tại khi mỗi ngày trôi qua nhưng khi cảm nhận hoàn toàn khác cũng trong một con người, khi mới mẻ, lúc lạ lùng cũng trên con đường đó, trong mái nhà đó… Phải chăng người bốn phương khi đến với Hội An cũng có cái cảm giác đó, nên muốn đến và rồi quay trở lại để kiếm tìm cái đổi thay trong cái cũ mèm, nhưng Hội An và con người Hội An mãi mãi vẫn sống đúng với chính mình!

Những ai đã sinh ra, lớn lên ở miền Trung và trên miền đất Quảng Nam dọc theo dòng Thu Bồn, đều in đậm trong ký ức về dòng sông huyền thoại này. Nhà tôi bên dòng Thu Bồn, sông bao bọc quanh làng, sông đã ôm ấp tôi cả một thời thơ ấu đến tuổi trưởng thành. Khi phải xa quê để tìm cuộc sống mới, dòng sông vẫn êm ả chảy trong tôi! Quả thật, trong tim ai cũng có một dòng sông và trong tim tôi luôn gắn bó với dòng sông quê nhà. Con sông quê hương vẫn xuôi dòng, lắng nghe và ghi lại tất cả niềm riêng, tích chứa để sau này là những kỷ niệm sâu sắc nhất của cuộc đời. Cứ mỗi khi chiều về, tiếng lũ con nít chúng tôi gọi nhau lanh lảnh cả bến bờ, còn dòng sông lóng lánh, nhấp nhô như dát bạc chuyển tải tiếng gọi chúng tôi ngân xa. Những tia nắng chiều hoang đã chiếu xuyên qua tiếng cười khúc khích trẻ thơ nô đùa trên sóng nước, để cơn gió lộng cuốn bay xa.

Bên tê sông là cồn bắp nhưng trước đó là một bãi hoang, ai có sức thì trồng, thì tỉa, mạnh ai nấy làm nhưng chẳng bao giờ có tranh chấp. Phần lớn còn lại là của chúng tôi, mặc sức mà tụ tập chơi đùa, tổ chức các trò chơi dân dã của lũ mục đồng... Dưới cái nắng chang chang, chúng tôi đang dụ cho diều ăn gió, ban đầu những cánh diều khẽ khàng làm duyên, làm dáng với ngọn gió, nghiêng chao qua lại, đến khi ăn gió căng no, nó vút bay lên giữa không gian trong trẻo, mang bao ước mơ trẻ thơ ngày nào bay cao. Nhạc sĩ Hoàng Hiệp đã từng thổ lộ: *Sông cũng như người ấy/ Có khi vui buồn có khi hờn ghen/ chỉ tình yêu tuổi thơ mới thấy...* những đổi thay quanh mình, như người mẹ yêu và thương, dịu dàng và ân cần. Khi chiều xuống, chúng tôi thôi các trò nô đùa trên bãi, bơi về làng, trả lại dòng sông lóng lánh những tia nắng vàng tơ tằm cuối cùng còn vương như tiếc một ngày qua, ôm ấp tiếng cười khúc khích nô đùa trên sóng nước, vang vọng theo cơn gió lộng về.

Bài hát thiết tha về một dòng sông ngân lên trong lòng tôi như tiếng tình yêu quê hương nơi sâu thẳm trái tim đang thổn thức vô bờ. Bên bến bờ yêu thương vẫn thường ru tôi trong ký ức tuổi thơ hạnh phúc và chông chênh cuộc đời. Bên dòng sông quê nhà, lắng nghe những an ủi vỗ về của sóng, của gió, của những miên man trìu mến, tựa hồ như đôi bàn tay ấm nóng áp vào má quá đỗi dịu dàng. Trong cuộc đời mỗi con người, ai cũng phải trải qua những vui, buồn, giận, hờn sóng gió đẩy đưa, có nhớ, có quên. Nhưng không hiểu sao, tuổi thơ vẫn luôn là ký ức khó phai nhất, như dấu ấn khắc sâu trong tâm khảm trái tim yêu.

Phải chăng đó là những ký ức đầu tiên của cuộc đời mỗi con người? Hay nơi đó luôn là miền bình an nhất, trong trẻo nhất để ta tìm về mỗi khi cần tựa chốn yên lành, không mộng mị để ngơi nghỉ một cách thảnh thơi? Những con thuyền giấy trong những năm tuổi thơ của chúng tôi đã trôi về đâu? Để bây giờ đứng trước Thu Bồn mình tôi nhớ nhung. Sông vẫn như chờ đợi đến một ngày những giấc mơ sẽ lại quay về, quây quần ấm áp. Như những câu thơ mặn mà và dung dị của nhà thơ Tế Hanh: *Tôi sẽ về sông nước của quê hương / Tôi sẽ về sông nước của tình thương.* Câu hát vẫn tiếp tục vang vang trong trái tim bé nhỏ. Một cảm giác hạnh phúc và bình yên bất tận len lỏi trong tôi. Sau cùng tất cả, tôi lại được đứng nơi đây ngắm nhìn con sông, ngắm nhìn làng quê đã từng ấp ủ những giấc mơ trẻ thơ tôi. Để rồi nhận ra, luôn hiện hữu hình ảnh một dòng sông trong mát, diệu kỳ, qua bao tháng năm vẫn chảy trôi miệt mài, bất tận trong trái tim tôi.

Theo dòng chảy từ biển, thuyền chở cá tôm lên nguồn. Từ nguồn, chở sản vật núi rừng xuống biển: *Mít non gởi xuống, cá chuồn gởi lên.* Thuyền bè tấp nập lui tới chợ Hội An buôn bán, mang đến sự giàu có và thịnh vượng, rồi theo dòng sông lan tỏa khắp nơi. *Hội An bán gấm, bán điều/ Kim Bồng bán cải, Trà Nhiêu bán hành...* Những đêm trăng sáng dòng sông lấp lánh ánh vàng, soi bóng lũy tre làng, thả mình nghiêng ngả hai bờ. Các ghe lưới bén thả lưới trên sông, người đánh cá gõ vào mạn thuyền, dùng dầm đập trên mặt nước cho cá tuôn vào lưới. Lũy tre không ngủ, bồi hồi vặn mình, tiếng ru kẽo kẹt tạo nên một bản nhạc tình quê với âm điệu dặt dìu. Xa xa, những chùm sáng nho nhỏ như hoa đăng bềnh bồng trôi, phát ra từ các chòi rớ, các ghe đánh cá, các ghe soi đêm… tạo nên quang cảnh mờ ảo. Đâu đó, tiếng khua đều nhịp chèo vọng theo câu hò xứ Quảng, lời tự sự ẩn chứa tâm trạng đầy nỗi niềm của người con gái quê hương: *À ơ…chiều chiều gánh nước tưới dưa/ Dưa đà có trái chị chưa có chồng…*

2.

Hình ảnh đẹp nhất, ấn tượng nhất, tôi cảm nhận được là lúc Hội An lên đèn. Phố cổ như ẩn, như hiện, lung linh như lạc vào xứ sở thần tiên, qua mặt nước dòng sông như là cổ tích. Tôi đã uống nước sông, vẫy vùng tắm trong lòng nước mát trong veo và cả nước đỏ ngầu phù sa… Và, lớn lên nhờ những sản vật của dòng nước lợ: hến, cá, tôm, ốc, cua… Sông như người mẹ hiền hiến dâng phù sa nuôi dưỡng bao làng mạc, bao cánh đồng suốt chặng đường đi qua, cho trái ngon, quả ngọt và những mùa vàng bội thu. Dòng sông len lỏi vào từng thớ thịt, từng giọt máu nuôi tôi khôn lớn.

Sau này bước chân tôi đã đi "cùng trời cuối biển", nơi nào tôi cũng ngắm xem những dòng sông chảy qua xứ sở tôi đến, nhưng không gian tuổi thơ tôi bên dòng nước ấy vẫn được giữ gìn trang trọng như một cõi riêng trong lòng. Cái diệu vợi không gian, cái vô tình thời gian trên dòng Thu Bồn mãi là những cám dỗ đầy mê hoặc và cảm xúc rất dạt dào trong tôi! Không gian ấy trải dài hai bên dòng sông còn ghi đậm những tên làng Thạch Bích, Dùi, Chiêng, Tí, Sé, Phú Gia, Trung Phước, Đại Bường… gắn với những đặc sản quế, tiêu, dầu rái, cải, bắp và cây trái… Từ hạ lưu lên nguồn, dừng bước *Ngó lên Hòn Kẽm đá dừng/ Thương cha nhớ mẹ quá chừng bậu ơi!*

Từ đầu nguồn xa xôi nước đổ về Hòn Kẽm, hai bên đá dựng đứng, nước quần tụ giống một cái hồ phẳng lặng và mênh mang, bãi cát trải dài tự nhiên và nên thơ. Thỉnh thoảng những đụn cát nổi lên trên nền cát trắng phau, tạo ra những đường cong cong cách điệu hoàn hảo hình chữ C, chữ S…uốn lượn hòa quyện đuổi bắt nhau. Nhìn từ xa, gợi khoe vẻ đẹp phồn thực những cô thôn nữ hong mình trên cát, trong ánh nắng dịu ngọt thu vàng. Bỗng dưng tôi muốn làm một Chử Đồng Tử ở lại trên bãi, chôn mình dưới lớp cát trên sông, trốn đi cái thế sự ồn ào, thưởng thức cái tươi mát trong lành, cái tinh túy đất trời ban tặng và chờ đợi nàng tiên sa...

Xuôi về hạ nguồn đến vùng Gò Nổi, có phải vì dâu xanh, lúa tốt mà vùng đất này đã sản sinh ra các danh nhân lừng lẫy: Hoàng Diệu, Phạm Phú Thứ, Trần Cao Vân, Phan Thành Tài, Phan Khôi… Và, nổi tiếng dệt các hàng tơ lụa với những ruộng dâu xanh ngắt ngút ngàn, những cô gái Bảo An làm nghề tầm tang dịu dàng và xinh đẹp. Đến làng Phú Chiêm, Thanh Chiêm trù phú những cánh đồng lúa chín óng ả vàng… Trong dân gian vẫn còn lưu truyền câu chuyện nàng thôn nữ Chiêm Sơn. Khi còn trẻ chúa thượng Nguyễn Phước Lan sống với cha là Thụy quận công trấn thủ Quảng Nam tại dinh trấn Thanh Chiêm. Vào một đêm trăng, công tử Nguyễn Phước Lan cùng cha thả thuyền rong chơi trên dòng Thu Bồn.

Giữa mênh mông thanh vắng bỗng từ trong nương dâu có tiếng hát véo von vọng lại. Thuyền rồng vội ghé đậu ở ghềnh Điện Châu. Trong bãi dâu xanh nhuộm ánh trăng vàng vang vọng câu hát: *Thiếp nghe chúa ngự thuyền rồng/ Thiếp thương phận thiếp má hồng nắng mưa...* Nguyễn Phước Lan - sau này là chúa Thượng, trong lòng dậy lên niềm thi cảm, ngỡ ngàng trước sắc đẹp cô thôn nữ họ Đoàn làng Chiêm Sơn, huyện Diên Phước, phủ Điện Bàn. Chúa cho rước về cung, cô hái dâu bên dòng Thu Bồn trở thành Hiếu Chiêu hoàng hậu, mẹ của Thái Tôn Nguyễn Phước Tần tức chúa Hiền. Ở làng Chiêm Sơn, xã Duy Trinh, huyện Duy Xuyên về phía Tây gò Cốc Hùng còn lăng Vĩnh Diên thờ bà Hiếu Chiêu hoàng hậu.

3.

Khởi nguyên Thu Bồn là từ những dòng suối chảy qua các cánh rừng nức mùi hương quế, nơi có loài sâm quý Ngọc Linh trên đỉnh núi Ngọc Linh cao 2.598 mét cách mặt nước biển. Sông nằm giữa đại ngàn Trường Sơn của huyện Nam Trà My, tỉnh Quảng Nam. Sông chảy qua huyện Tiên Phước, có dòng sông Tiên với chiều dài xấp xỉ 6 km, thu nước từ các con suối nhỏ đầu nguồn trên địa bàn như suối Bình An xã Tiên Mỹ chảy qua Tiên Kỳ, suối Cà Đong xã Tiên Thọ và nhiều suối, sông con ở các xã ven sông khác như Tiên Cảnh, Tiên Cẩm, Tiên Hà... rồi nhập lưu với sông Tranh, đổ về sông Thu Bồn. Sông Tiên có dòng chảy theo hướng ngược đời, từ Đông về Tây. Do địa hình dốc, dòng hẹp nên sông Tiên thường dâng nước cao vào mùa lũ và khô cạn vào mùa nắng hạn. *Sông Tiên có dòng chảy theo hướng ngược lại, nên có câu ca dao ghi nhận sự khác thường này: Sông Tiên nước chảy ngược dòng/ Lấy chồng Tiên Phước đừng mong ngày về!* Phải chăng, người ta mượn dòng sông để gửi gắm nỗi lòng của người miền xuôi lấy chồng lên mạn ngược? thế về khí hậu, thổ nhưỡng... nên có các loại cây trồng quý như hồ tiêu, quế, chè, cau, các loại dược liệu như nấm, mật ong, cây thuốc Nam… và các loại cây ăn trái ngon như lòn bon, măng cụt, bưởi, mít, ổi, mận... trong vườn nhà, trên vườn đồi phong phú hai bên triền sông này. Khi lên Tiên Phước, dừng chân nghỉ ở đèo Eo Gió, cái nóng không còn oai nồng, không khí dịu mát phả ra từ những tán cây dọc theo hai bên đường, nhìn xuống dưới thung sâu, những vòm nắng nhấp nháy cứ như những vì sao sáng ban ngày. Sự hoang vắng trên những cung đường chênh vênh, uốn lượn uyển chuyển theo sườn đồi mang vẻ đẹp đầy bí ẩn như những người con gái xứ Tiên có làn da trắng, dáng mảnh mai và nụ cười tỏa sáng, tính tình hồn hậu, phóng khoáng, đa cảm, đôi khi cũng "ngược dòng"! Và những "nàng Tiên" trong các ngôi nhà, thấp thoáng trên những vạt đồi, vườn cây luôn góp vào vẻ đẹp xứ Tiên, nên không phải ngẫu nhiên tồn tại câu thành ngữ nhất gái Tiên Hà. Đó là chuyện ngày xưa. Bây giờ, theo tôi: *Sông Tiên nước chảy ngược dòng/ Lấy được con gái Tiên Phước không về cũng ưng!* Tiên Phước là vùng đất có lợi

Từ Tiên Phước, sông chảy qua Hiệp Đức mang tên sông Tranh, khi đến huyện Quế Sơn và Duy Xuyên hợp lưu với sông Vu Gia tại Đại Lộc trở thành sông Thu Bồn, tạo thành hệ thống sông lớn, có vai trò rất quan trọng đối với đời sống vật chất, tinh thần và tâm hồn người dân Quảng Nam - Đà Nẵng. Trước khi đổ ra biển tại cửa Đại, một nhánh sông chảy vào sông Trường Giang, đổ ra vịnh An Hòa, Tam Quan, huyện Núi Thành. Thu Bồn có lưu vực lớn nhất Quảng Nam-Đà Nẵng với diện tích trên 10.000 kilômét vuông. Phần lớn diện tích lưu vực sông chảy trong địa phận Quảng Nam và thành phố Đà Nẵng, phần thượng nguồn, một phần nằm trên đất Kon Tum và Quảng Ngãi. Có thể nói, Thu Bồn đã gắn kết nhiều mặt về địa lý, kinh tế, văn hóa, xã hội, con người… thành một chỉnh thể vùng Quảng Nam - Đà Nẵng, nên sự phân chia chỉ có ý nghĩa về mặt quản lý hành chính mà thôi.

Khi Thu Bồn đến Điện Bàn, một nhánh chảy vào Vĩnh Điện gọi là sông Vĩnh Điện, đổ nước ra sông Hàn thành phố Đà Nẵng. Tại đây, nơi đầu biển cuối sông, có chiếc cầu treo đẹp nhất Đà Nẵng-cầu Thuận Phước, được bắc qua bán đảo Sơn Chà, với nhiều thắng cảnh thiên nhiên, sẽ trở thành khu du lịch nổi tiếng Việt Nam. Cùng với những dãy núi rừng Hải Vân ở phía bắc, bán đảo Sơn Chà ở phía nam, mặc nhiên thành hình cánh cung, tạo nên một vịnh biển mang tên vũng Sơn Chà, hay còn gọi bằng nhiều cái tên thân thương, quen thuộc đậm chất thơ như vũng Tiên Sa, vũng Thùng, vịnh Hàn giang, vịnh Đà Nẵng. Núi rừng Sơn Chà (hiện nay trên bản đồ hành chính gọi Sơn Trà) như một tấm bia che chắn mọi cơn bão hay áp thấp nhiệt đới đổ bộ vào thành phố Đà Nẵng, vì núi Sơn Chà cao đến gần bảy trăm mét, xưa nay được xem như đài khí tượng thiên nhiên của nhân dân quanh vùng, có gần bốn ngàn hecta rừng, trong đó một phần là đất đồi đang được phủ thêm những loại cây khó tìm thấy nơi khác, nằm trong sách Đỏ, cây dược liệu và rau cỏ…

Sơn Chà còn là nơi giao lưu giữa hai hệ động vật và thực vật tiêu biểu của hai miền Nam - Bắc. Sông Hàn còn tạo ra một số phân lưu như sông Ba Chươm, sông Cổ Cò, sông Đình, sông Đò, chảy về Hội An, nhánh khác nhập lại vào dòng sông mẹ Thu Bồn rồi đổ ra biển Đông ở cửa Đại. Ngoài xa chừng mười lăm kilomet là Cù Lao Chàm thuộc xã Tân Hiệp, thành phố Hội An - Quảng Nam. Thu Bồn chuyển tải phù sa tạo thành vùng đệm và bồi đắp cho tám đảo: hòn Lao, hòn Dài, hòn Mồ, hòn Khô Mẹ, hòn Khô Con, hòn Lá, hòn Tai, hòn Ông. Nhiều du khách sau khi thăm thú cổ phố Hội An thường đi tàu vượt biển ra thăm cụm đảo này để tận hưởng vẻ đẹp mênh mang, yên bình, hoang sơ của thiên nhiên mênh mông biển trời, sóng nước và gió lộng.

Thu Bồn không chỉ bồi đắp cho mảnh đất xứ Quảng phù sa màu mỡ, mà còn góp phần tạo dựng nên nhiều dấu ấn văn hóa rực rỡ. Trước đây người Chăm đã từng sinh sống để lại nhiều kiến trúc tôn giáo, nói lên một thời đại huy hoàng. Ngày nay khi đến đó, con người như được quay trở về thời kì hoàng kim và lộng lẫy của xứ sở Chămpa, một tuyệt tác đã được ghi tên vào Di sản Văn hóa Thế giới là Thánh địa Mỹ Sơn thuộc huyện Duy Xuyên. Du khách sẽ cảm nhận được sâu hơn một nền văn hóa đầy tính phồn thực của người Chămpa xưa. Quang cảnh những ngày thánh lễ với hàng đàn voi, ngựa, những chiếc kiệu vàng lấp lánh ánh hào quang và những đoàn vũ nữ Apsara rực rỡ xiêm y, đang múa lượn theo những điệu nhạc thần linh bên chân tháp cổ được tái hiện, trở về hiện thực cả ngàn năm thiên di.

Trong hành trình đổ ra biển cả ở cửa Đại, con sông đã dừng chân kiến tạo cảng thị và là một trong những đô thị cổ đẹp nhất Việt Nam - Di sản Văn hóa Thế giới, phố cổ Hội An. Sông đã chở nặng phù sa tạo nên những cánh đồng màu mỡ để con người khai phá, dựng bản, lập làng, làm ăn sinh sống tại chỗ. Sông đã ban phát cho dân chài tôm cá đầy khoang, nhiều làng nghề truyền thống mọc lên, nức tiếng như làng trầm Nông Sơn, làng dệt vải Tầm Tang huyện Duy Xuyên, làng gốm cổ Thanh Hà, làng đúc đồng Phước Kiều, làng mộc Kim Bồng, làng rau Trà Quế,... hợp thành một quần thể du lịch độc đáo dọc theo sông, đưa những sản phẩm nổi tiếng xuôi theo dòng Thu Bồn đến thương cảng Hội An. Từ đây sản vật đến và đi nhiều nơi trong cả nước, theo những tàu buôn vươn mình ra thế giới từ thế kỉ XVII.

Từ khởi nguyên đến khi đổ về biển cả, theo dòng chảy, Thu Bồn để lại nhiều chuyện thần thoại, truyền thuyết, chuyện cổ tích và sau này có chữ viết ghi chép, còn lưu truyền trong dân gian rất phong phú, dạt dào tình cảm, chứa đựng tính nhân văn sâu sắc và tính giáo dục cao. Trong đó, truyền thuyết bà Thu Bồn hay còn gọi là bà Bô Bô - vị nữ tướng của nhà Lê bị giặc truy đuổi đến làng Thu Bồn thì ngã ngựa, do tóc bà bị quấn vào chân ngựa, bà bị giặc bắt và giết. Bà đã được các vua triều Nguyễn sắc phong Bô Bô phu nhân Thượng đẳng thần. Ngày nay, theo khảo sát thực địa nơi miếu bà Thu Bồn, người ta cho rằng trong quá trình tiếp biến văn hóa, vị thần Chăm Pô Nagar đã được Việt hóa thành thần Việt và lấy tên dòng sông lớn nhất Quảng Nam - Đà Nẵng là Thu Bồn đặt tên cho bà. Những truyền thuyết về bà mẹ xứ sở mang nhiều sắc màu thần thoại, lịch sử… nhưng luôn là biểu tượng của cái đẹp, đạo đức, tình yêu, ý chí vươn lên để chiến thắng thiên tai, địch họa, đói nghèo, ý muốn hòa hợp và khát vọng thái bình của các dân tộc Việt- Chăm.

Lễ hội bà Thu Bồn là một lễ hội lớn của cư dân ven sông tỉnh Quảng Nam. Ngày nay, nhờ điều kiện giao thông dễ dàng, ngành du lịch phát triển, điều kiện quảng bá lễ hội thuận lợi, người đi trẩy hội ngày càng đông. Không chỉ người trong nước mà còn cả du khách nước ngoài. Lễ hội được tổ chức hằng năm vào ngày 12 tháng 2 âm lịch, do cư dân vùng Duy Xuyên tổ chức. Vào ngày ấy, dân làng ra sông mang nước, rước "Mẹ Thu Bồn" về với từng nhà, để Bà ban phát mùa màng bội thu và đời sống ấm no, hạnh phúc cho mọi người, mọi nhà. Người dân đến viếng lễ hội để tỏ lòng thành kính, biết ơn vị nữ thần đã che chở cho dân làng sống trên bờ và trên sông nước, người dân buôn bán ngược xuôi, từ đầu nguồn đến cuối sông bình an vô sự. Lễ hội mang màu sắc tín ngưỡng dân gian bao đời, thể hiện tinh thần đoàn kết các dân tộc Chăm, Cơ tu, Kinh sống trên dải đất miền Trung.

Năm Nhâm Dần (1602), chúa Tiên Nguyễn Hoàng thành lập Dinh trấn Quảng Nam (còn gọi là Dinh trấn Thanh Chiêm) tại làng Thanh Chiêm (nay là xã Điện Phương, thị xã Điện Bàn). Dinh trấn Thanh Chiêm được xem là "thủ phủ" thứ hai ở Đàng Trong. Nơi đây còn được biết đến là một trong những cái nôi ra đời của chữ Quốc ngữ - là công cụ vô cùng quý giá để ngày nay chúng ta sử dụng, giao lưu và hội nhập với thế giới. Trong bối cảnh đó, từ năm 1615, Dinh trấn Thanh Chiêm đã có "cơ duyên" để các nhà truyền giáo phương Tây đến nghiên cứu, sáng tạo và hình thành chữ Quốc ngữ.

Lịch sử đã ghi nhận sự ra đời của "trường dạy" chữ Quốc ngữ đầu tiên tại Thanh Chiêm cũng như sự "cộng tác" đắc lực của các trí thức và tiếng nói của người Quảng Nam trong quá trình ký âm mẫu tự La tinh thành tiếng Việt mà trước đây người ta cho là Alexandre de Rhodes chính là cha đẻ của chữ Quốc ngữ, bởi ông có công tu chỉnh, hoàn thiện và xuất bản hai cuốn sách quan trọng là *Từ điển Việt - Bồ - La và Phép giảng tám ngày* vào năm 1651. Tuy nhiên hiện nay, nhiều nghiên cứu đã tìm ra các tư liệu mới chứng minh Francisco de Pina mới là người đi đầu, tạo nền tảng trong việc tạo ra chữ Quốc ngữ.

Trong các cuộc kháng chiến chống ngoại xâm, sông Thu Bồn là một ranh giới, hữu ngạn là vùng tự do, tả ngạn là vùng tạm chiếm. Biết bao cuộc chiến đấu ác liệt đã diễn ra hai bên bờ và ngay cả trên dòng sông. Kể sao cho xiết những người lính từ hai phía và người dân vô tội… đã vĩnh viễn nằm lại trên những mảnh đất gắn bó với dòng sông. Máu và thân xác của họ đã hòa với nước, trở thành những tên bến, tên bãi, tên cồn… bất tử với thời gian! Để sông Thu Bồn mãi mãi tươi đẹp như một dòng mạch tràn đầy sinh lực của mảnh đất Quảng Nam - Đà Nẵng kiên cường và miên trường, có huyền sử và lịch sử tinh hoa. Những tên bãi, tên làng mà mỗi lần nghe nhắc đến là cả một khung trời kỷ niệm ùa về trong tôi, với những phận đời đã mưu sinh mải miết theo dòng, vẫn lặng thầm với những chuyến đò ngang đi dọc đời người…

Dòng sông là một hấp lực vừa mãnh liệt, vừa thơ mộng vô cùng. Mênh mang, bàng bạc trong các sáng tác văn học, hội họa, nhiếp ảnh, ca nhạc... Con sông quê hương mềm như dải lụa nổi tiếng quê nhà từ bao đời nay, đã trở thành nguồn cảm hứng nghệ thuật không bao giờ cạn. Nhà thơ Thu Bồn, thảng thốt: *Dòng sông rộng quá nên lai láng,/ nhịp cầu thường tiễn ta đi xa,/ hỡi con ngựa chiến tuôn về biển,/ bất kham dừng lại hóa phù sa.* Và một Bùi Giáng rất tài tình nhắc đến tên dòng sông quê hương khi ông đã sống xa quê: *Thu nay nằm nhớ Thu Bồn/ Con sông xứ Quảng linh hồn quê hương/ Quê hương xứ Quảng dịu dàng/ Có cô thôn nữ có nàng tiên nga/ Có khe có suối ngọc ngà/ Có mưa móc gội màu hoa trên ngàn/ Sông dài biển rộng thênh thang/ Tình yêu chất vấn dã man còn nhiều.*

4.

Tuy nhiên chẳng phải lúc nào dòng sông Thu Bồn cũng hiền hòa, bềnh bồng và nhu thuận. Trong bài hát *The River of No Return,* có câu: *sometimes it's peaceful, and sometimes wild and free* - tạm dịch: "đôi khi dòng sông hiền hòa, đôi khi man dại và bất kham." Theo Phật học thì tư duy, ý thức của con người tựa như một dòng sông ý niệm tuôn chảy không ngừng. Trong một sátna ( ) tâm ý trải qua 960 lần chuyển niệm. Trong thời gian một ngày đêm, trải qua mười ba ức triệu niệm. Dòng Thu Bồn tuôn trào này, nơi sâu thẳm vô hình, đâu đó là tạng thức - nơi tàng trữ mọi mầm mống vũ trụ. Náo động là hiện tượng bên ngoài; trong sáng, thông suốt, tĩnh lặng, hài hòa là cái vĩnh hằng ở bên trong dòng sông, lòng người.

Vận vào dòng sông nẩy, trong những trận lũ lụt dòng sông đã giận dữ dâng lên, cuốn trôi bao nhiêu làng mạc ven bờ từ thượng nguồn đến hạ lưu.

Như trận lụt năm Giáp Thìn 1964:

Hôm ấy nước lên rất nhanh, ban tối nước mới vào nhà, đến nửa đêm nước đã lên đến mặt bàn. Tờ mờ sáng nhìn ngoài trời ban ngày mà như chập choạng tối, mưa gió tơi bời, nước từ thượng nguồn ào ạt đổ về, cuồn cuộn chảy, nghe như tiếng gầm thét của loài thú dữ. Ngoài sông, nhìn thấy những mái nhà, những bò, trâu, heo và cả con người ngồi trên nóc nhà… trôi lềnh bềnh theo dòng nước chảy xiết. Trong nhà, lúc đầu cha tôi lấy bàn kê giường lên và theo cột nhà, nước cứ leo dần… Nước leo lên mặt bàn, tiếp tục dời lên kèo nhà, nước lên ngập cửa ra vào. Nước nhốt cả nhà lại. Cuối cùng, đành phải dỡ khu đĩ ( ) chui ra ngoài. May mắn. Ở quê mỗi nhà đều sắm sẵn một chiếc ghe làm phương tiện sinh sống trên sông hay chuyên chở, di chuyển khi mùa lũ đến.

Trận lũ năm Thìn ấy vẫn còn hằn sâu trong ký ức của lớp người sinh ra từ thập niên sáu mươi thế kỷ XX về trước. Hễ miền Trung có trận lụt lớn nào, người ta lấy trận lụt năm Thìn ấy ra để so sánh. Năm ấy tôi mới lên sáu, tuy còn bé nhưng những gì xảy ra vẫn còn in đậm trong ký ức. Cả làng chẳng có một ngôi nhà lầu nào để bơi đến trú tạm mỗi khi trời lụt bão lớn. Ông tôi chỉ còn một cách duy nhất, lấy đũa bếp ra khấn vái, để chống nhà khỏi sụp hay khỏi bị nước nhấn chìm - một cách "làm phép" đầy màu sắc tâm linh. Chống bão lụt bằng đũa bếp thần mà mưa gió vẫn không ngưng, nước cứ dâng, thì chỉ còn biết đọc kinh, cầu trời khấn Phật!

Ngày đó, phương tiện dự báo thời tiết chỉ là *Chuồn chuồn bay thấp thì mưa, bay cao thì nắng bay vừa thì râm*. Người già ở vùng lũ, truyền lại cho con cháu, nhìn cách làm tổ của con ong vò vẽ, đoán biết năm nào bão to hay nhỏ. Nếu ong làm tổ trên cao thì không có bão lớn. Ngược lại, ong vò vẽ cứ chui trong đụn mối xây tổ, thế nào cũng có bão to. Nhìn đám cá cấn, cá rô nhỏ như hột bí, hột bầu nhiều vô kể, ngóc lên mặt nước đớp mồi như sao gọi là "cá đớp sao", chắc chắn năm đó sẽ có lụt to.

Theo thống kê hiện nay, trên địa bàn tỉnh Quảng Nam hiện có 44 dự án thủy điện trên sông Thu Bồn - Vu Gia, trong đó nhiều dự án đã gây ra tác động xấu. Mùa nắng không xả nước về hạ lưu gây khô hạn, thiếu nước sinh hoạt và sản xuất, mùa mưa bão thì cùng lúc xả nước ồ ạt gây lũ lớn và bất ngờ, làm thiệt hại sản xuất, nhà cửa, tính mạng con người... Ở thành phố Đà Nẵng phải đối mặt với hiện tượng xâm nhập mặn vào hệ thống sông Vu Gia, gây thiếu nước sinh hoạt trầm trọng, bị nhiễm mặn kéo dài suốt 10 tháng trong năm, nước không đảm bảo tiêu chuẩn cho phép.

Do thủy điện ở phía đầu nguồn sông Thu Bồn quá nhiều nên thu hẹp đất sản xuất của người dân, ảnh hưởng xấu đến môi trường và đặc biệt là ảnh hưởng đến nguồn nước sinh hoạt… Hàng chục thủy điện trên thượng nguồn tích nước xong đồng loạt xả nước vào hai hệ thống sông Thu Bồn và Vu Gia, khiến cả một vùng đồng bằng rộng lớn của tỉnh Quảng Nam ngập sâu trong nước. Người dân ở ngay cạnh các công trình thủy điện cũng gánh chịu hậu quả là hàng ngàn hecta đất nông nghiệp, lâm nghiệp và cả nhà cửa, làng mạc đã gắn bó, sinh sống nhiều năm nay cũng bị chìm trong biển nước.

5.

Miền Trung nói chung và riêng vùng đất Quảng Nam luôn đối diện với những cơn bão, trận lụt hàng năm như một phần trong đời sống. Môi trường thiên nhiên, đi đôi với sự bảo tồn đời sống. Nên cần nghiên cứu những giải pháp phòng hộ dài lâu. Điều đáng tiếc, vẫn biết những hiểm nguy xảy ra hàng năm do thiên tai. Song vẫn còn những cái chết do con người, những thiệt hại lớn lao của nhân loại, do tác động từ việc tàn phá, lạm dụng môi trường quá sức chịu đựng của thiên nhiên. Đã có bao dòng sông khát nước, bao dòng sông chết để lại một "Lời nguyền"!

Thu Bồn và bao dòng sông khác cũng sẽ không nằm ngoài số phận đó, nếu con người cứ dửng dưng, chỉ biết cái lợi trước mắt cho riêng mình.

Hêraclít ( ) không chỉ nổi tiếng với học thuyết “dòng chảy” mà còn với quan niệm về sự hài hòa và đấu tranh giữa các mặt đối tập, tính toàn nhất của vũ trụ. “Dòng chảy” là nguyên lý xuất phát từ quan niệm của ông về vũ trụ, xuyên suốt toàn bộ hệ thống triết học. Câu nói nổi tiếng của ông: “Rửa chân ở dòng nước chảy, cất chân lên, rồi thả chân xuống thì chỗ nước ấy đã khác trước rồi”, người ta diễn dịch: “Chúng ta không thể lội xuống hai lần trên cùng một dòng sông!”. Khi nhìn dòng Thu Bồn, ta tưởng chừng nó đã xưa cũ, nhưng thực ra, nó luôn thay đổi từng giây, từng phút. Dòng sông tưởng đứng yên, nhưng thật ra, nó di chuyển và biến đổi không ngừng. Dòng sông đón nhận, tích chứa và lan toả không ngơi!

Mỗi lần gặp một khúc quanh, khúc khuỷu ngặt nghèo trong cuộc đời, tôi tự nhủ, đời người cũng như đời sông, không có nỗi đau nào đơn giản chỉ là nỗi đau. Có khi niềm đau chính là động lực giúp ta vượt lên số phận nghiệt ngã để không bị mắc cạn. Dẫu có mắc cạn như con thuyền trên bãi cũng tìm cách đẩy thuyền xuống nước để đi. Cuối cùng, nếu không đẩy được nữa, cũng phải chờ đợi thủy triều lên. Để mà hy vọng, để mà khao khát… Tôi vẫn đang ngụp lặn trong dòng sông tuổi thơ. Mẹ Thu Bồn ơi! Tiếng mẹ lúc thì thầm, lúc vang vọng từ đỉnh núi này sang đỉnh núi khác. Từ khởi nguyên đến cuối dòng hòa vào biển lớn, đem hết sức mình tiến về phía tương lai. Trung thành, tận tụy tạo nên dòng sữa mát lành cho sự sống Quảng Nam-Đà Nẵng! Cuộc đời đang tiếp diễn với niềm mong: Tình yêu, sự bình yên và phong phú của dòng đời. Sông vẫn chảy trong tôi!

HUỲNH VIẾT TƯ

(1) Satna.Cái búng tay, khoảng thời gian cực ngắn

(2) Khu đĩ. Dùng để chỉ hai đầu hồi hình tam giác của những căn nhà 4 nái

(3) He6raclit1 (520-460 trước CN) - nhà triết học hy lạp cổ đị

PHAN HẠ DU

DẤU YÊU MÙA ĐÔNG

Đà Lạt mùa này hoa quỳ nở
Lưng chừng phố núi nụ tình mơ
Em về đọc lại bài thơ cũ
Rưng rức niềm đau đến tận giờ

Phố núi bây giờ mùa đông tới
Góc nhỏ đơn côi đến chạnh lòng
Quanh co đường dốc chân có mỏi
Quên áo len rồi lạnh lắm không ?

Em vẫn chờ anh hết tháng ngày
Bốn mùa lặng lẽ ngủ trên tay
Sáng nay chim núi trong rừng hót
Em sẽ thành mây lãng đãng bay !

Phố núi bây giờ vàng sắc hoa
Bên đời nghe rõ tiếng chim ca
Phiến đá buồn thiu ngàn năm đợi
Vẫn nhớ thương người , vẫn thiết tha !

PHAN HẠ DU
June 6, 2024
6/6/24, 7:16 PM

XUÂN THỦY
CƠN BÃO

Em và tôi yêu nhau
Mà như không yêu nhau
Yêu nhau trong mơ trong
Cơn bão tựa như ai

Ai đang đang lướt sóng
Trong làn nước như mơ
Chao đảo quay cuồng quay
Cứ thế cứ thế không

Kịp dừng lại ôm một
Cái ôm bắt đầu không
Bao giờ có kết thúc
Nhưng em và tôi ai

Ai cũng cứ cố cứ
Như đứa trẻ học mãi
Lớp vỡ lòng tình yêu
Trong cơn bão đã chết

Đâu đó trong mơ của
Người đang sống...

XUÂN THỦY
5/1/2015

XUÂN THỦY
TÌNH ĐÃ MẤT SẼ MẤT HAY CÒN LẠI?

Đi qua những bóng cây
những bóng cây ngoái nhìn
bóng tôi bóng ai đó
một người đi ngang qua

đây đây một bóng hình
xưa cũ nào đó làm
tôi quên giọt sương mai
giọt sương mai là tên

tên của em trên cành
tôi bỗng thương hồn nhiên
ngây dại của một thời
bây giờ nhìn lại trong

chiếc gương soi nếu còn
gặp lại tôi tin mình
còn xứng đáng với tình
nếu giữa em và tôi

còn có thứ tình người
sỏi đá còn cần nhau...
có không nhỉ chiếc gương
đo tội lỗi một đời...

trong gương soi bé nhỏ.

XUÂN THỦY
21/7/2014

XUÂN THỦY
CHÚT LẠM BÀN VỀ THƠ TÂN HÌNH THỨC

Người ta sao biết người ta
Sự đời như nhiên vẫn thế …

Sóng bắt đầu từ đâu?

Ta nghe nhiều tiếng sóng?
Sóng bắt đầu từ đâu?
Có phải nơi biển cả
Sóng mênh mông - bạc đầu!

Con sóng kia uốn khúc
Con sóng nhẹ như ru
Những con sóng thầm lặng
Ai biết sóng xô bờ?

Những khi trời nổi gió
Hay cơn giông kéo về
Lở - bồi con sóng to!
Là khi trời bão tố

Chiều - hoàng hôn buông xuống
Sóng bắt đầu từ em!
Yêu thương trong chua xót
Ngọt bùi trong đắng cay!

Con sóng xanh bạc đầu
Suốt cuộc đời trăn trở...

Tố Uyên - 20-8-1991 nguồn Thivien.net

Trích:"*Sóng bắt đầu từ gió*
Gió bắt đầu từ đâu
Em cũng không biết nữa
Khi nào ta yêu nhau"

Giải thích theo khoa học thì tiếp câu thơ gió bắt đầu từ đâu thì: Gió được sinh ra do sự chuyển động của không khí trên bề mặt trái đất, mà không khí thì chuyển động từ nơi áp cao về áp thấp và nhờ điều này đã tạo ra gió.

Nhìn chung, đối với cá nhân mình không giỏi văn nên phân tích theo mình hiểu thôi. Sóng bắt đầu từ gió, ừ thì khi ở ngoài khơi gió lớn sẽ làm làn nước của biển biến động tạo thành các trận sóng to hay nhỏ tùy thuộc vào sức gió. Còn gió được sinh ra do sự chuyển động của không khí hay do sự dịch chuyển của khí áp từ áp cao về áp thấp…

28 Tháng Sáu, 2018 Trung Nhẫn

Sáng tạo phải chăng cũng chỉ là nhà tù mới cho những sáng tạo trước đó… có lẽ như vậy cũng là đủ rồi, khi sự hiểu biết của loài người về vũ trụ ngày càng được mở rộng hơn. Đến khi nào thì hết thảy chúng ta bất chợt đi ngang qua một quán cà phê nhỏ nào đó, tạt vào không chỉ để uống một ly cà phê mà để lắng nghe một câu chuyện từ một bé sơ sinh đang thao thao bất tuyệt về các hành tinh trong vũ trụ bao la của chúng ta…Tôi có lẽ còn thua cả đứa trẻ sơ sinh để có tư cách nói về "Thơ Tân hình thức",

"Thơ Tân hình thức" bắt đầu từ đâu?

Con người bắt đầu từ đâu và đi về đâu? "Con đường Thơ" của Khế Iêm phải chăng là con đường đi tìm đến hạnh phúc đến tự do của một cá nhân đơn lẻ trong cõi đất này hay Ocean Vương là con tinh trùng mạnh mẽ nhất lúc này có thể tìm đến "Trứng" tạo nên một con người mới cho nhân loại. Những ngôi sao vẫn lấp lánh trên bầu trời bí ẩn của vũ trụ bao la. Chúng ta chỉ ngày càng âu lo hơn dù đã có nhiều cuộc cách mạng và nhiều cách thức khác nhau của loài người. Liệu xã hội có còn là nơi trú ẩn an toàn hay càng làm cho chúng ta cách xa nhau hơn trong thế giới tiến bộ với 8 tỷ con người ngày nay và 10 tỷ người trong tương lai sắp tới.

Chúng ta luôn phải đối mặt với những mối lo thường trực trước khi đi tới sự bức bối nào đó để nói lên tiếng nói của mình trên mạng xã hội, để viết một bài báo lo cơm áo gạo tiền cho gia đình. Hay như tôi cố viết để cho mình, cho cái tôi của mình, sự thỏa mãn, hay khoái trá, ham chứng tỏ, cố tìm cái Danh. "Thơ" liệu có còn là giải pháp để giải quyết sự bất cân bằng trên toàn cầu này hay không? Nguyên nhân cho mọi nỗi đau khổ hiển hiện. Và có phải chỉ "Nhà Thơ" mới có quyền thao thao bất tuyệt về "Thơ" trong quán cà phê kia hay không?

Giờ đây liệu danh vị, cái tên của thể thơ này, như thầy Bửu Ý lo lắng có còn là điều đáng bận tâm nữa hay không như thời hoàng kim của đất kinh kỳ cố đô xưa, khi đích đến của "Thơ" hôm nay là sóng thần, bệnh dịch, khủng bố, chiến tranh thế hệ mới, an ninh lương thực… Thế giới của "Thơ" không còn bó hẹp trong phạm vi biên giới quốc gia, độc lập dân tộc trong nghệ thuật có còn quan trọng hay không khi nhân dân trên toàn thế giới không có tự do, tự do nửa vời và hạnh phúc chỉ là mơ ước tương đối. Những cá nhân đi tìm danh vị "Nhà Thơ" cho mình lúc này có lẽ còn mong mỏi có một mái ấm gia đình tốt đẹp trước biến cố của thời cuộc, nơi mà những bài học đạo đức đã thua cuộc, con người ngày càng tham lam hơn, tham danh lợi hơn trước, độc ác hơn trước, người ức hiếp người theo một cách nào đó mà dường như đối với họ ngôn ngữ viết đã bị xóa sổ, ngôn ngữ nói và thông tin đại chúng chỉ nhằm mục đích truyền tin trong bầy đàn nhằm thỏa mãn các nhu cầu rất cơ bản như ăn, mặc, ở và đi lại. Con người còn đầy những giới hạn chưa thể vượt qua và các cuộc cách mạng giúp con người xích lại gần nhau để tạo ra các thiết chế mới tốt đẹp hơn, nhưng nếu không có sáng tạo và đổi mới thì bao nhiêu đế chế mới cũng sẽ tiếp tục cầm tù xã hội không chỉ 1 thế kỷ nay.

Các thiết chế văn hóa đa dạng cho đến ngày nay cần được tôn trọng một cách công bằng. Chỉ có như thế, sáng tạo mới dù là nhỏ bé cũng được nhìn nhận một cách đúng đắn và phát huy được vai trò của nó trong việc thúc đẩy sự tiến bộ của toàn xã hội. Những cá nhân đơn lẻ không tìm được những đường lối để giải quyết những vướng mắc (sân si, hỉ nộ, ái ố,...) trong đời sống sinh hoạt hằng ngày của mình khi bị tách biệt khỏi các cộng đồng tích cực. Không bao giờ là đủ cho 8 hay 10 tỷ người nếu con người không dựa vào mẹ thiên nhiên. Mọi hoạt động đều nhằm duy trì sự sinh tồn nhưng dù muốn dù không mỗi phút giây mẹ thiên nhiên cũng chứng kiến sinh và diệt, con người không thể hoàn toàn kiểm soát được điều đó.

Trong khi đó đa số các "nhà thơ" hiện nay vẫn giữ mình trong những giới hạn biên giới tự nhiên, giới hạn dân tộc, và các thể thơ truyền thống đã không còn giữ được nét tươi mới, tự nhiên và tính thời sự nữa. Ai đó vẫn giữ lấy cái luồng sông đặc sắc riêng có của mình, cái hay và cá biệt của mình hơn là sự chia sẻ và nỗ lực cứu cánh những cá nhân đã rời xa dòng sông của thi ca từ lâu rồi. Những dòng sông đó là những đoạn sông những khúc sông bị ngăn trở bởi các đập nước lớn do tình trạng thiếu nguồn năng lượng một cách trầm trọng để phục vụ cho guồng máy của đời sống hiện đại. Những "nhà thơ" bên trong những những khúc sông đó luôn êm ả và hoàn toàn không biết bên ngoài của những khúc sông đó, nơi đồng bằng khô cạn, những cánh rừng dần biến mất. Những con người đói khát tư tưởng…

Đạo Phật ngày nay dường như đang có sự chuyển mình khi đưa và dung nạp các thiết chế khác vào bên trong nó, tôi thấy trong một ngôi chùa có thờ tam tài, ngũ hổ, thánh mẫu, đạo giáo vào chung và đưa cả Văn hóa Hồ Chí Minh vào nhằm mục đích giáo dục con người, nhưng đa số người đi chùa lại cúng lạy đạo giáo, đạo mẫu và đạo phật nhiều hơn,... trong khi đại đa số Đảng viên còn nhận thức sơ sài về phép biện chứng của Marx. Một bộ phận giới trẻ bây giờ hoàn toàn xa cách với chủ nghĩa Marxist, chủ nghĩa khoa học, xây dựng và hoàn thiện xã hội, họ thần tượng các nữ hoàng kpop, nam thần nhạc rap,... nhưng như vậy cũng là hợp lý thôi… Các lời lẽ trong đó hoàn toàn đáp ứng được nhu cầu tâm lý của giới trẻ như đã bàn và phân tích ở phần trên, vậy thì cũng có thể họ đến với thơ Tân hình thức như một trò chơi mới mang bản sắc sáng tạo của người Việt Nam.

Thế Thơ Tân Hình Thức là gì?

Đó chẳng phải là thể thơ tích hợp các thể thơ đã có trước đó hay chăng và phục vụ cho những ai muốn vượt thoát ra khỏi đó. Một tâm cảnh khác của thơ, thơ Tân hình thức là vậy, hay nói cách khác đó là thi vị hóa đời sống của chúng ta trong tưởng tượng và cảm xúc về cái thật, đi tìm cái thật nhất trong những gì mình viết ra. Một cảnh giới hạnh phúc kết nối thơ và đời sống thực tại thay vì ước muốn những gì chưa có trong hiện thực hoặc chỉ là diễn tả hiện thực một cách sáo rỗng theo mô típ lặp đi lặp lại. Biến ảo thơ truyền thống trong những khuôn khổ nhất định thành tự do khoáng đạt trong tư tưởng chứ không phải là tự do về hình thức, hay như ai đã nói, "bình cũ mà rượu mới"... sự lặp lại của hình thức, từ, ngữ không đồng thời với sự lặp đi lặp lại về ngữ nghĩa, tâm cảnh mà tác giả đang nghĩ tới bên trong nó, như mở dần từng lớp, từng cánh cửa đến với những chân trời mới, những tầng sâu của tri thức nhân loại hơn là bề mặt của tảng băng trôi.

Thơ Tân hình thức cũng kết nối không chỉ một thời đại nó đang sống mà kết nối tất cả tri thức của nhân loại từ cổ chí kim lại với nhau. Thơ với tư cách là mầm mống nhỏ nhoi của hạt giống sáng tạo cho nghệ thuật thì đất diễn của nhà thơ là không thiếu chỉ là thiếu nguồn năng lượng cho các nhà thơ vượt thoát ra khỏi truyền thống để làm mới truyền thống như cách người Nhật đã làm mới văn hóa của họ. Đó là sự so sánh khập khiễng nhưng cũng là một bài học cho chúng ta sớm nhanh chóng đổi mới mình. Đến một lúc nào đó, tri thức của nhân loại sẽ đến từ vũ trụ, từ những đứa trẻ sơ sinh thay vì bị ràng buộc bởi những thiết chế xã hội của chúng ta ngày nay.

Lời kết

Ngày Xuân năm mới chỉ xin lạm bàn một vài ý như vậy, vì đã có nhiều bài viết về thơ Tân hình thức rồi: một cái đích, một mũi tên, chỉ còn chờ người dương cung bắn và xem như người viết bài này đang viết từ trong một trại tâm thần cũng rất vui lòng./.

__Bút danh Xuân Thủy - tên thật Trần Trung Hiếu | sinh ngày 28-12-1980 | Nguyên quán Phú Lộc Thừa Thiên Huế | Sinh ra tại Hà Nội | Sống tại Sài Gòn từ năm 1 tuổi | Có gia đình nhưng không có niềm tin rằng mình đã có và đang có một gia đình | lưu ban lớp 1 vì không biết đọc đến lớp 3 học ở trường Tân Sơn Nhất, học ở trường Nguyễn Đức Cảnh đến hết lớp 5 học ở trường Trí Đức đến lớp 7 thì ở nhà dì học ở trường Lê Quý Đôn cấp 2 và 3; đến năm lớp 10 thì về ở với mẹ ở Tân Bình, lớp 12 về quê cha lần đầu tiên, học hết đại học kiến trúc Sài Gòn một cách trầy trật với một tâm hồn đổ bể và tan nát. | Chưa có sáng tác nào ra hồn, một con cá cô độc giữa biển khơi. | Thành phố Hồ Chí Minh 24-01-2023.

Danh ngôn

Tình yêu chân thật không phân biệt tuổi tác, địa vị, danh vọng... *Nó là công bằng với mọi thứ. Nó là vị thần của tình cảm.*

Lope De Vegas

Hãy để người chết tìm sự bất tử trong danh vọng, còn những người sống hãy tìm sự bất tử trong tình yêu.

Tagore

Hạnh phúc lớn nhất trên thế gian này là tin rằng mình được yêu.

Victor Hugo

TRỊNH MINH HIẾU
Cõi bờ yêu thương

Dù biết ngày này sẽ tới. Ngày mà người ông yêu quý nhất trên đời của tôi sẽ vĩnh viễn ra đi. Vậy mà, trong tích tắc nghe tin ông sắp mất, tôi đã không giữ được bình tĩnh. Thứ bản năng trong dòng huyết thống bỗng sôi sục. Tôi sực nhận ra cái chết thật kinh hoàng. Mọi thứ trên đời đều có thể nới sóng, so kè. Duy cái chết là tuyệt diệt, kết thúc vĩnh viễn. Nó đứng trên tất cả nỗi sợ hãi, đớn đau và bất lực của con người. Cái chết là quyền uy tối thượng cuối cùng con người phải gục ngã.

Đứng trước bờ vực của cửa tử, con người mới nhận chân ra sự sống thật lớn lao, trác tuyệt. Cuộc sống mưu sinh vất vả. Con người đã lãng mất những tháng năm đẹp đẽ của tuổi trẻ. Chợt một ngày, vòng quay của sinh tử, vòng quay của quy luật đời sống về đến cán đích. Họ mới nhận ra sự thật khủng khiếp. Dù còn nhiều khát khao hoài bão. Dù còn tin yêu đời tha thiết. Dù trái tim vẫn đập rộn rã... Họ vẫn phải đi khỏi thế giới này trong đau đớn và tiếc nuối. Đó là quy luật của tự nhiên. Cũng như sự biến đổi hết ngày lại đến đêm. Sự rơi rụng của những chiếc lá vàng. Của những hạt quả già để nảy lên những mầm sống mới. Con người cũng chỉ là một vật thể nhỏ nhoi trong vũ trụ... Dù tôi đã suy nghĩ tích cực để an ủi vượt qua nỗi đau. Vậy mà, nỗi đau lại càng trầy lên. Ông tôi sẽ không còn sống trên cõi đời này nữa. Chỉ ngắt một hơi thở, sự sống sẽ chấm dứt. Một con người bằng da bằng thịt tồn tại cả một cuộc đời sẽ vĩnh viễn ra đi... Ý nghĩ ấy càng làm rát nóng như có mớ lửa cháy trong lòng. Chân tay luýnh quýnh. Hai hàm răng cắn chặt mà tôi vẫn bật ra tiếng khóc tu tu gọi ông thảm thiết.

Từ khi bị bệnh trọng, ông tôi như kẻ lữ hành rơi vào màn kịch cuối của thân phận. Thế giới của ông là sự bế tắc, bất lực. Có lẽ, sự tàn phá phần bản gốc trí tuệ là thảm họa lớn nhất của con người. Khoa học gọi đó là những chỉ số IQ. Nhờ chỉ số IQ khôn ngoan nhưng cũng đầy xảo trá, lọc lõi mà anh nông dân đã trói nghiến Chúa sơn lâm vào gốc cây. Rồi vừa đánh, vừa đốt lửa, vừa rin rít ca ngợi trí khôn thánh thần của mình: "Trí khôn của tao đây! Trí khôn của tao đây!". Vậy mà, khi sức mạnh của trí huệ đã bị hủy hoại. Con người bất khả tri với thế giới. Số phận chỉ còn hạt cát rìa đường chờ gió cuốn đi... Lần đầu tiên, tôi bàng hoàng chứng kiến sự bất khả ấy. Đó là, ông đã quên tôi! Quên cả cái tên đích tôn mà ông đã quý hóa nhất trên đời. Ông xóa hẳn nó trong ký ức tươi đẹp quá khứ và u tối của hiện tại. Trước đây, khi còn minh mẫn, mỗi lần nhìn thấy tôi, ông vui lắm. Ông cười thành tiếng ha ha như rất mãn nguyện về nó. Vì tôi đã làm được nhiều việc mà ông mong muốn. Khi tôi sắp chào đời, ông đã mong từng ngày để đặt tên. Ông đã tra chữ hán, tra các bộ ghép chữ để chọn tên hay nhất. Ông bảo tên của tôi rất có ý nghĩa. Tú là tên một vì sao. Một vì tinh tú chiếu sáng trên bầu trời. Về dung mạo sẽ khôi ngô tuấn tú. Về đức trí cũng sẽ hơn người. Ông đã rất tự hào cái tên của tôi. Không ngờ, đến một ngày, cái tên ấy đã biến mất trong khối hỗn độn của ông. Nó cũng không chờ tới ngày ông dứt lìa sự sống. Nó thách đố chút bản năng còn sót lại. Đứng trước bờ vực của sự sinh tồn. Những lúc ấy, tôi đã nhận ra khoảnh khắc được ở bên ông thật quý giá. Có thể là khoảnh khắc cuối cùng. Là cơ hội cuối cùng được sở hữu con người ông. Và tôi cần phải kiên trì khơi lại một chút ánh sáng của ký ức. Lúc đó, tôi đã ghé sát vào ông. Phụt vào tai ông như người ta phụt khí để thông một đường ống đang tắc: -"Ông ơi! Thằng đích tôn của ông đây! Thằng Tú của ông đây!"... Khuôn mặt ông vẫn đờ cứng, không chút mảy may. Lần thứ hai ông vẫn vậy. Lần thứ ba, ông vẫn lắc lắc, ngơ ngác. Thằng bé vẫn kiên trì nói rõ ràng từng tiếng vào tường thành kiên cố ấy. Bỗng tiếng khục khục sâu trong cuống họng phát ra kéo hai cơ hàm rộng hơn. Một nhớp nước nhểu xuống. Rồi khuôn mặt vừa ngơ ngác ấy xệu xuống mếu máo xúc động.

- T..ú..ú!...

Chao ôi! Như một dòng sông băng đá tự nhiên vỡ ra gào réo cơn thác lũ trong lòng thằng bé! Cuối cùng, trong thế giới u mê của ông tôi đã có một tia sáng lóe lên để ông nhận ra thằng cháu nội. Thêm một lần nữa thằng cháu được nhìn thấy cái khóc cười của ông. Tuy nhiên, không phải lần nào ông cũng nhận ra nó. Thời gian thật tàn nhẫn! Nó đã phá hủy cả những bộ óc vĩ đại nhất của nhân loại. Nó đã đánh cắp sức vóc trai trẻ thời oanh liệt của ông. Hơn hai chục năm đã qua đi. Hai mảng tối, sáng của bức tranh thời gian quay cuồng trước mắt. Một bên là u buồn, ảm đạm. Một bên là tươi sáng, đẹp đẽ.

Ngày ấy, ông của tôi là một cán bộ vừa được nghỉ hưu còn mới tinh tươm. Ông trẻ, khỏe, phong độ ngời ngời. Tính tình lại vui vẻ cởi mở. Còn tôi còn là thằng bé chưa cả lên mười, vắt mũi chưa sạch. Một già, một trẻ, hai cái mặt vẻ không chơi được. Vậy mà, lại thành chí cốt bóng banh khăng đáo. Ông thường gọi tôi là "Thằng đích tôn!". Vai vế "đích tôn" làm tôi oai oách. Tôi ngấm ngầm đắc ý, tự cao tự đại. Sau này, nó sẽ nối nghiệp ông. Sau này sẽ làm trưởng của cả một cái họ lớn có vây có cánh, đông đến nửa cái làng này. Vì sĩ diện, muốn xưng hùm xưng bá nên tôi đã nhiều trận sứt đầu mẻ trán với mấy thằng choắt choắt vai dưới. Chúng thường giễu: "Làm cứt gì cái thằng đít tôn. Đít tôn là cái thá nợ gì? Có mà "đít chó" thì có!". Lúc đó, tôi không hiểu ông gọi thế để ngầm khoe với thiên hạ có thằng nối nghiệp ba đời. Để ông tự mãn với cái tư tưởng trọng nam, khinh nữ còn đè nặng. Nhiều người trong làng đã bắt vợ phải đẻ hết trứng để lấy thằng con trai nối dõi tông đường. Nhiều gia đình đã cửa tan, nát nhà. Ông thì đi kiếm con chỗ khác. Ông thì chán đời bê tha rượu chè, chửi bới vợ con vì nhà toàn bươm bướm. Chỉ cần con vợ đẻ tọt ra cái thằng có cái ngẩu như quả ớt chỉ thiên là lên đời, là được mở mày, mở mặt với thiên hạ, là được ngồi mâm trên, là "thằng bố mày" đéo kém cạnh bố con nhà thằng nào. Còn những ngữ thị tẹt kia, dù có bướm đẹp, bướm xinh, bướm hoa khôi, á hậu cũng vẫn là vô. Vô là không. "Nhất nam viết hữu. Thập nữ viết vô". Vì thế, mỗi lần ông cất giọng rổn rang, đầy uy lực gọi "đích tôn của ông đâu rồi?", thằng bé lại càng thấy oai phong. Ông còn gọi tôi là thằng chó con hay thằng cún êu êu của ông. Chẳng là dạo ấy nhà tôi nuôi một con chó mẹ. Cứ vài tháng lại có một lứa chó con. Những chú chó con màu khoang trắng trông rất đẹp. Mỗi khi gọi chúng, ông chỉ cần đá tặc tặc ở đầu lưỡi, hoặc huýt sáo. Nghe thấy ám hiệu, mấy thằng chó đang ngủ vùi lăn lóc trong đống rơm ấm sực cũng mắt nhắm, mắt mở, ngúc ngoắc cái đầu đầy rơm rồi phóng ra thật nhanh. Con nào cũng xun xoe, ve vẩy, mắt hong hóng một cách tinh quái. Lúc ấy, thằng tôi dù có làm gì cũng chạy ra thật nhanh để quẩng với lũ chó. Tiếng oăng oẳng gầm gừ, tiếng phì phò vừa cười vừa thở um tỏi cả một góc sân.

Tôi còn nhớ những buổi chiều hè. Khi cái oi bức đã dịu hẳn. Khi những tia nắng cuối ngày nhàn nhạt như chiếc khăn mỏng hờ buông trên những thửa ruộng gặt đã vãn. Khi hoàng hôn đỏ pha vàng như lòng trứng gà đang trốn dần vào những đụn mây lớn. Khi ấy, hai ông cháu lại bắt đầu cuộc du ngoạn. Chiếc xe đạp thong thả từng vòng, từng vòng lăn trên con đường cát phối đỏ rực như dải cầu vồng bị tuột rơi. Vừa đi, cánh mũi vừa phập phồng. Lúc mùi khói đốt rạ. Lúc mùi nướng muỗm. Lúc mùi lúa mới cắt thơm như mùi cốm. Đàn trâu bò đã phả phê no nê đua nhau chạy quẩng. Quẩng chán lại nhởn nhơ gặm thêm vài miếng cỏ. Thi thoảng, lũ châu chấu, cào cào lại vù vù như cánh quạt tạt qua mặt. Lũ chim cắt, chim sẻ cũng giương oai làm chủ nhân bầu trời, thi nhau chao lượn rồi đứng chèo bẻo trên lưng trâu chảnh chót. Dưới ánh hoàng hôn, dòng mương nước lấp lóa một dải vắt ngang cánh đồng. Bao nhiêu cảnh đẹp ứ dồn lại những buổi chiều ấy làm thằng bé mê mẩn. Sau này, dù đi nhiều nơi, khung cảnh tựa những buổi chiều quê ấy. Song tất cả chỉ làm đầy lên nỗi nhớ. Tuổi thơ như một con thuyền ăm ắp trên dòng sông đời. Chỉ một cơn gió thoảng, một mạch nước trong, con thuyền ấy lại xuất hiện trước mắt. Trên con thuyền tuổi thơ ấy, ông đã vun vào gốc cây tâm hồn tôi bằng tình yêu thương, sự đa sầu, đa cảm, tinh tế với đời sống. Tôi đã lớn dần lên bằng sự bồi đắp ấy. Vậy mà từ lâu, tôi đã lãng dần đi hình ảnh của ông. Lãng đi cả cái âm thanh rổn rang, ấm áp, luôn là niềm tự hào, kiêu hãnh. Những âm thanh đã nhỏ dần, yếu dần, trong mớ âm thanh của đời thường, trong tiếng oang oang của người đàn ông khác đang thắng thế làm chủ gia đình, làm chủ xã hội từ khi nào... Ký ức xưa dội về đẹp đẽ bao nhiêu, tôi lại thấy nhức nhối, ân hận bấy nhiêu. Tôi đã thờ ơ, vô tâm, a dua, bỏ qua những lời gắt gỏng thành điệp khúc về ông: "Ông già rồi! Ông không cần biết? Biết để làm gì?... Ông không phải nói! Không phải tham gia! Ông lẩm cẩm lắm rồi! Ông cứ ngồi yên một chỗ! Ông làm sao chỉ khổ con, khổ cháu!”... Giá những lúc ấy, tôi bênh vực ông, chu toàn, rốt ráo thì tốt biết bao? Đã quá muộn. Trái tim ông đã kiệt quã. Nó đang yếu ớt đạp ra khỏi sự đè nén áp bức cuối cùng để được tự do. Nó sẽ ngừng nhịp cuối cùng vào bất kỳ thời khắc nào... Cuối cùng, sự thật này đã sắp xảy ra. Lần gặp này sẽ là lần cuối cùng. Không thể chậm một giây, một tích tắc cho một chia ly sinh tử. Ý nghĩ trỗi dậy làm tôi không yên. Tại sao ông trời lại quá bất công đến vậy? Tôi không thể muốn chạy là đi. Muốn đi là được! Quãng đường nam bắc hàng nghìn kilomet. Tôi có là chim cũng phải bay. Phải lòng vòng chờ đợi. Lực bất tòng tâm! Trời ơi!... Trong lòng tôi cuốn cuộn như có ai đổ thêm dầu vào lửa.

Cuối cùng, buổi chiều ấy tôi đã về được đến nhà. Vừa bước trên xe xuống đã nghe văng vẳng tiếng kèn trống đám ma. Thôi, mọi cố gắng đều sôi hỏng bỏng không rồi! Quá muộn rồi sao? Cứ thế, chân tay thằng bé run lên, tim thình thịch như muốn nhảy ra ngoài. Vừa đi vừa mệu mạo “Ông ơi! Con không về kịp rồi ông ơi!” thì gặp chị Nhuệ con bác Điệp. Trái với dự đoán, chị Nhuệ lại vui vẻ hỏi han chuyện đi đứng, giờ giấc ra sao. Sau cùng, chị mới bảo ông nhà mình nguy kịch lắm, không qua được. Lúc đó thằng tôi mới thở phào nhẹ nhõm. Tôi vẫn còn kịp gặp ông. Tiếng kèn trống là đám nhà anh Thiên. Chị Nhuệ bảo, sống mỗi người mỗi ý, chết mỗi người mỗi nghiệp. Tội cho anh Thiên mới ngoài ba mươi tuổi. Lại còn bị tai nạn ô tô đâm nát người. Thương cho vợ anh sắp đến ngày ở cữ lại bị mất chồng. Còn một đám khác là đám cụ Tư. Cụ nằm liệt đến thối giường, thối chiếu mấy năm trời. Giờ quan Tào mới gọi. Còn ông tôi, phập phù lúc tỉnh lúc mê, tưởng “đi” luôn từ hôm qua. “Chắc ông đợi cháu về thì phải? Các cụ thương con thương cháu đến phút cuối đấy!”. Nghe chị Nhuệ nói. Tôi muốn nhẩy cẫng lên, gào thật to: “Ông ơi! Thằng Tú của ông đây! Thằng đích tôn của ông đã về rồi ông ơi!”.

Vừa bước qua cánh cổng, nó bỗng thấy thấy trong nhà ồn ào nhốn nháo. “Không kịp rồi!” Nó ù té chạy vào. Lo sợ hồi hộp bỗng vỡ òa. Ông vừa hồi lại. Nó lao vào ôm chầm lấy ông. Niềm vui sướng mãn nguyện dâng lên tột đỉnh. Rồi đột ngột thay vào đó là nỗi thương xót, đau đớn. Nó không nhận ra được ông nữa.

Ông đã hiện thân của vị thần chết. Vị thần đã bước một chân vào cửa địa ngục. Không! Phải giữ ông lại bằng mọi giá. Dù chỉ chốc lát, một phút, hay nửa giây. Ngay lập tức, quyền năng cao cả của "thằng đích tôn" được phát huy. Nó xưng vai vế, xưng quyền năng ấy để lay gọi ông. Nó ghì sát da thịt lên thân thể đã khô kiệt để truyền đường máu, truyền đường thở. Dòng huyết mạch và cả cốt nhục, trí huệ ấy là của ông. Ông đã truyền cho bố. Rồi đến lượt nó. Giờ, nó đổi dòng lưu chuyển. Nó còn khao khát những giọt nước mắt trẻ thơ nóng hổi sẽ phá tan tảng băng, mở cho nhịp tim đập trở lại. Nó hy vọng nỗi đau đớn vật vã của nó sẽ lay động tâm can ông. "Ông ơi! Ông tỉnh lại đi ông ơi!... Con về rồi đây!... Thằng cu Tú! Thằng đích tôn! Thằng chó cún của ông đây!... Ông tỉnh lại lần cuối đi ông ơi!...

Bỗng có tiếng reo:

- A! Ông đã tỉnh lại rồi!

Rồi những tiếng khác chen vào như cổ vũ động viên ông: - Thằng cháu đích tôn về có khác. Ông tỉnh lại ngay!... Ông thương thằng đích tôn của ông nhất đấy!...

Trời ơi! Nó bàng hoàng sung sướng ngẩng nhìn lên ông. Hai mí mắt đã có chút mấp máy. Hai cánh cửa nặng nề chậm chạp ấy đang cố đẩy ra. Cuối cùng, một đường nhỏ như sợi cước đã quang dần. Cơ hàm của ông cũng khẽ co giật. Hình như ông đã nói điều gì mà chưa thoát ra được. Nó không ngờ có phép huyền diệu đến thế. Từ hôm qua, mấy lần ông đã lịm đi. Vậy là, trong thế giới hỗn độn của ông vẫn có nó. Ông đã cố giành giật với tử thần để chờ thằng đích tôn trở về. Ông đã cố tỉnh lại để nhìn thấy nó. Để nói với nó. Để chia tay với nó. Để dương trần đủ đầy ly biệt. Để ông được an lạc siêu sinh bên kia thế giới... Nghĩ vậy, lòng nó càng trào lên đau đớn khôn nguôi. Nó cứ gục đầu vào ông mà gào thét đến khản giọng.

Chỉ trong thoáng chốc, khoảnh khắc kỳ diệu của ông đã qua nhanh. Bốn cánh cửa nặng nề cùng truội ra và tia đồng tử vụt thoát. Lúc đó, mắt nó hoa lên như có ảo giác. Nó nhìn thấy ông đứng sừng sững giữa nhà. Ông nhìn lại xung quanh khắp nhà vẻ bình thản rồi vụt đi mất. Thằng bé hoảng hốt nhìn quanh quất tìm ông. Rồi nó sững lại trước khung ảnh chân dung của ông treo trên tường, xung quanh là những tấm bằng khen. Hình như ông đã biến vào bên trong tấm khung ấy. Tấm ảnh như vừa lóa sáng. Một sự bí ẩn mà đến giờ nó cũng không giải thích nổi. Nó dừng mắt lại ngắm nhìn ông. Chưa bao giờ nó thấy ông hiện lên rõ ràng đến vậy. Khuôn mặt vuông vức. Nụ cười hào sảng. Hàm răng trắng bóng. Từ vầng trán đến nét mày, hai mắt, dọc mũi, khóe miệng, nét nào cũng tươi sáng. Phía dưới ảnh ông là ảnh của cha. Ảnh cha cũng đẹp. Cha chụp từ hồi còn trẻ nên nhìn rất măng tơ. Càng nhìn kỹ, càng thấy cha giống ông như tạc. Vẫn khuôn mặt, khóe miệng, ánh mắt ấy. Rồi cái ảnh của thằng bé chụp trong ngày lễ nhận bằng tốt nghiệp, cái mặt hơn hớn rạng rỡ. Cái miệng cũng cười tươi. Thần thái y chang ông, y chang bố. Giờ nó đã hiểu ra những đúc rút của các cụ về giống nòi, về cha truyền con nối. Con nhà tông không giống lông cũng giống cánh. Giỏ nhà ai, quai nhà nấy. Nghe được khen, nó còn hỏi lại tông cánh là gì hả ông?

- Ới cha ơi!...

Tiếng khóc gọi đau đớn của bố bất ngờ làm nó sựng lại. Cái tiếng khàn khàn gọi " Ới cha ơi!" như chạy dọc sống lưng. Nó cảm giác như chính nó vừa bật ra tiếng gọi ấy. Đó là tiếng gọi của nó! Là âm thanh cất lên từ sâu trong cuống gốc tình yêu của nó. Nghe vừa mơ hoặc, vừa thân thuộc, vừa tung phóng. Tiếng "Ới cha ơi!" rã đau, tuyệt vọng nhưng bừng sáng hân hoan, lóe lên như một tia lửa. Nó chợt nhận ra. Từ trong sâu thẳm, ông đã là cha của nó. Người cha của tuổi ấu thơ. Người cha đã dạy bảo, chăm chút, yêu thương. Người cha đã truyền ánh sáng tri thức. Không có cha, cuộc đời con sao có được như ngày hôm nay? Tại sao con lại trì độn, ngu ngốc đến vậy? Tại sao khoảnh khắc này, khoảnh khắc sắp mất cha, con mới đốn ngộ được điều này cha ơi!?

Bản năng bật dậy. Nó không còn biết tất cả những gì đang diễn ra. Nó lao vào ôm chặt lấy người cha, người ông của nó rồi gào lên thảm thiết: - "Ới cha ơi! Cu Tú của cha đã về với ông đây! Thằng đích tôn của ông đây!... Cha là vạt nắng chiều! Là cõi bờ yêu thương của con cha ơi!...

TRỊNH MINH HIẾU

HỨA HIẾU
Biệt Tích: Một Món Quà Khác

Nơi đây nắng chưa xốc xếch phố phường
mưa chưa bề bộn đường xá
cuộc sống lại là tờ nhật trình nhàu nhĩ

Ý nghĩ về em thật bề bộn
dăm đường chỉ tay ngoằn ngoèo mưa móc
Cuộc triệt thoái
cao nguyên như tờ báo đọc xong
chẳng buồn ngó lại
bởi biết đi về đâu
Đất nước là một chùm quốc lộ
mịt mù khói lửa
cao tốc rối beng lịch sử

Em trùm lên chiếc mặt nạ chống ngộ nhận
biến mất theo dòng đời tị nạn
còn tôi chỉ là cặp nạng
què quặt
khập khiễng vết thương
từ thượng nguồn nước mắt
đến tận hạ nguồn tâm thất

Không biết cách nào sắp xếp lại theo thứ tự
trước sau, bây giờ không còn cần thiết
qui nhơn hay ban mê thuột
hay nha trang phú yên
đâu là nơi chốn đến hay đi
tôi cũng không nhớ
Những cụm mây tuổi thọ rất ngắn

đời từng cơn ảo mộng
người từng trộ mưa nhàu
vết thương chật chội như hồn tôi hạn hẹp
mở ra không đặng cửa biển sông cầu

Hiện tại chỉ là một chớp mắt
trong khi quá khứ là bộ trường thiên
tiểu thuyết xã hội
tương lai lại là áp phích hôm nay
quảng cáo ngày mai
Chưa hề thấy em
trên danh mục đổi chác
hay danh sách thất lạc
cánh chim mất tích phương trời nào
hiên hè của căn nhà bỏ hoang
chẳng còn tiếng hót

Mùa xuân đã thất sủng
mùa hè cũng lắm xước trầy
thu có về cũng bị tổn thương
Chúng ta chỉ còn lại buốt giá
của một mùa đông cứ cố tình nấn ná
với một biệt tích từ mùa xuân
Ký ức là một thứ mực in
khó lòng tẩy, xóa
chẳng thể thay đổi được
tâm tình chúng ta

Hạnh ngộ là một món quà
xa xỉ.

HỨA HIẾU

HỒ XOA
MẸ TÔI

(Nhớ mẹ chiều mưa)

Người chẳng bao giờ giàu có đâu
Sinh ra là giông bão trên đầu
Tả tơi vai mỏng hồn nón lá
Một đời cơm mắm với bể dâu

Chẳng có bữa nào vui sướng đâu
Mười hai bến nước cũng đục ngầu
Mở mắt đã thấy đời nô lệ
Hồn đi buồn như sóng chân cầu

Mấy hàng lá rách nhớ thương nhau
Người đi lặng lẽ bóng theo ngày
Ai đem chua xót ngàn thu cũ
Rót xuống trần gian những heo may...

HỒ XOA

TIỂU LỤC THẦN PHONG
THÁNG CHẠP CỐ QUẬN VÀO XUÂN

Tháng chạp rộn ràng nao nức, cố quận vào xuân, bao nhiêu sản vật và bánh mứt sẵn sàng, cây lá đơm chồi nẩy lộc đón xuân sang. Đào hồng hào, mai rực rỡ, cúc mơn mởn… cánh hoa có cả nắng sớm chiều sương, có hoàng hôn đỏ, có vàng trăng đêm. Đêm giao thừa rền vang tiếng pháo, ấy là tiếng lòng, ấy là thanh âm truyền thống nước non này. Thời khắc giao thừa là khoảnh khắc giao cảm của con người với đất trời, là khoảnh khắc giữa cũ và mới, là lúc cổ kim đồng hiện, là khoảnh khắc sum họp linh thiêng giữa con cháu với tổ tiên. Mùa xuân sang đất trời rạng rỡ, sức sống muôn loài bừng lên. Đại thụ vui trầm mặc, cỏ may vui tíu tít, sự hoan hỷ này nào có khác chi nhau. Đất trời vào xuân, lòng người hân hoan, tâm ý thênh thang, yêu thương nhiều hơn. Mắt em long lanh trong sớm mùa xuân, giữa trưa vàng nắng nhẹ, lãng đãng mơ màng trong chiều xuân sương xuống… Dù có thế nào đi nữa vẫn vĩnh viễn đẹp gái xuân thì muôn thuở. Mùa xuân sang, em bé khoe áo mới, tiếng cười giòn khanh khách, mặt em xinh như thể mặt muôn hoa Mùa xuân sang mừng cụ già thêm tuổi, vui với cháu con, chiêm nghiệm đời vô thường qua những mùa xuân, tuổi hạc cao mà lòng an lạc. Biết xuân này, nhớ xuân qua và vui với mùa xuân muôn đời bất tận. Mùa xuân của đất trời, mùa xuân của tuổi trẻ, những chàng trai cô gái yêu nhau. Tình xuân chớm nở, tình xuân son sắc, tình xuân của tuổi trẻ vĩnh viễn xuân thì. Mùa xuân không chỉ toàn hoa thơm trái ngọt, đâu chỉ là những gương mặt đẹp nụ cười xinh. Mùa xuân vẫn còn đó vô vàn những con người bất hạnh khổ đau, dù giữa đất trời xuân nhưng đời bao khó nhọc. Mùa xuân của những em bé mồ côi, những người không cửa không nhà, những nạn nhân của bất công xã hội, những người tù trong chốn đọa đày… Nàng xuân có ghé qua dù khoảnh khắc cũng quý biết bao. Tháng Chạp cố quận vào xuân. Tháng Giêng khởi sự mùa xuân, lúc này hải ngoại còn đang mùa đông lạnh giá, cây cối trơ trụi lá cành. Người dù xa diệu vợi, xuân dù tận chân trời nhưng lòng vẫn còn chút hơi ấm như cục than hồng trong lồng ấp. Người đi xa nhớ nước non nhà, nhớ từng đường làng, con đường phố thành đô, mơ màng tưởng nụ đào hồng phơn phớt, đóa mai vàng rực rỡ xuân tươi, những bông cúc thơm thơm ngàn cánh thanh tao. Tháng Chạp cố quận vào xuân, hải ngoại đang mùa đông, dù có thế nào cũng không ngăn ngại lòng người hướng về mái chùa quê, đồng xuân xanh biếc, tiếng hô lô tô và lời cãi cọ trong sòng bầu cua cá cọp… Mùa xuân cố quận đất trời chao cánh én, tiếng hát bay cao, lòng người thương nhớ biết bao. Mấy mươi năm vẫn nao nao như thuở nào thơ dại, đừng nói là mấy mươi năm, dẫu có trăm năm cũng vẫn thế thôi! Trời phương ngoại lạnh lắm nhưng trong tim ấm áp vì những dĩ vãng dâng đầy lời nhớ lời thương.

Tháng Chạp lặt lá mai, lối chơi dân Nam bao đời nay chưa phai, dù cho tháng rộng ngày dài, thời gian bào mòn hao hớt. Lá mai già bỏ đi để dồn sức nuôi búp mai, mai này đón xuân. Sắc vàng tươi bừng lên tô thắm mặt người. Tháng Chạp, người già mặc thêm chiếc áo len, bọn con trẻ háo hức chờ diện áo mới, tung tăng khoe với bạn bè. Ngày xưa bọn trẻ chầu rìa quanh những chảo gừng rim, bí rim, bánh hồng… chờ hưởng sái. Ngày nay con trẻ lanh như chớp, tay và mắt thoăn thoắt bấm game, trò chơi điện tử. Hoa đào hồng, bông mai vàng dường như mai một trong ánh mắt trẻ con. Tháng Chạp bên kia rộn ràng biết mấy, chợ quê, chợ quận người người bán mua tấp nập, nhà nhà dọn dẹp trang hoàng đón chúa xuân. Muôn hoa dầm mưa dãi nắng nơi vỉa hè đợi người rước về nhà. Lời thách giá, tiếng trả treo dù có khắt khe cũng không làm cho hoa vơi bớt sắc xuân. Chiều ba mươi bán không xong, người ta đập hoa, bẻ hoa, phá hoa… hoa nào có tội tình chi! Giá con người đập bỏ tánh ti tiện, phá đi lối bỏn xẻn, chặt gãy sự khôn lỏi tranh lợi cho mình mặc cho người vất vả khổ đau. Tháng Chạp cố quận vào xuân, cả năm bận rộn vẫn còn nhớ ngày dẫy mả, tự dưng nhớ ông bà tổ tiên, đời từng đời tiếp nối. Sắc xuân, khí xuân, hơi xuân… nay dù đã khác nhưng xuân vẫn muôn đời xuân. Người có đến đi nhưng xuân vĩnh viễn: “Đêm qua, ngoài sân, một cành mai”* mãi mãi trong tâm tưởng. Đất trời cố quận vào xuân, phương ngoại đang Đông, lạnh lắm em ơi! Cái lạnh bên ngoài không làm tắt được ngọn lửa leo lét nồng ấm bên trong, Tâm tưởng vẫn lung linh sắc xuân, thanh xuân, vị xuân, hương xuân… Mình dù có mang quốc tịch nào đi nữa, có hòa nhập đến mấy cũng không thể dối lòng. Máu Việt, chất Việt, nhân dáng Việt vẫn đượm thấm chất xuân Việt. Xuân Việt vẫn còn đây, mình dù có thay đổi thế nào cũng không bao giờ mờ đi cốt cách Việt, khí độ Việt. Xuân Việt vẫn còn nguyên như thể nguyên xuân. Này em! Hãy nhìn xuân như là xuân, chớ có hoang tưởng xuân phải thế này hay phải thế kia! Xuân vĩnh viễn là xuân, xuân không chìu theo ý muốn chủ quan của bất kỳ ai. Mình chỉ có thể theo xuân chứ không thể bắt xuân theo mình. Mình đi đến đâu mang xuân theo, giữ xuân trong lòng. Xuân ở trong mình cũng thể như mình đắm mình trong xuân, dù rằng ngoài kia trời giá lạnh phong sương. Tháng Chạp vào xuân, cố quận giờ không còn tiếng pháo, một sự mất mát hư hao nhưng biết sao bây giờ! Thịnh suy vốn là lẽ xưa nay. Xuân của đất trời, mừng xuân trên hết, làm sao mình có thể đặt mình lên trên trước mùa xuân. Vô minh chi bấy khiến người phải đau lòng. Mùa xuân đã về nhưng tiếng pháo không còn nhưng vẫn không thể phai nhòa. Nếu thịnh suy là lẽ thì một ngày kia ắt tiếng pháo lại tưng bừng rộn rã vang lên.

Tháng Chạp vào xuân, Sài Gòn vốn tất bật quanh năm giờ lại thêm rộn ràng, người xe cuồn cuộn trên đường. Còn đâu Sài Gòn một thuở tươi xanh, điệu đàng, lịch lãm… Vẫn Chợ Lớn đó, Bến Thành đây, vẫn kẻ bán người mua nhưng sao thiếu thiếu cái rộng rãi, khí độ phóng khoáng của một thời. Cũng con đường Công Lý nhưng giờ là Nam Kỳ Khởi Nghĩa, Tự Do nay là Đồng Khởi với bến Bạch Đằng năm xưa… nhưng khí xuân là lạ, dù vậy mai vàng rực rỡ không khỏi khởi lên phút giây bâng khuâng chạnh nhớ. Qua Phạm Ngọc Thạch, thấy rừng mai nhựa tự dưng hụt hẫng làm sao. Tháng Chạp vào xuân, Huế mơ màng trầm mặc dường như chưa ra khởi cơn phế hưng của lịch sử. Hoàng thành thâm nghiêm với những bức tường thành xám màu thời gian. Lầu Ngũ Phụng chơ vơ cô đơn trong làn mưa phùn mà nhớ thương chi lạ. Tự dưng tưởng cành đào năm ấy từ Thăng Long gởi vào. Sau khi đập tan đạo quân Mãn Thanh xâm lược, Quang Trung gởi vào Phú Xuân cành đào báo tin thắng trận, gởi gắm tình yêu. Người con gái tài sắc Kinh Bắc vào Phú Xuân làm dâu con nhà Đồ Bàn. Cố đô Huế, Phú Xuân, Thuận Hóa, đất thần kinh… dù gọi bằng tên nào cũng gợi lên bao ký ức Tháng Chạp vào xuân, Hà Nội hóng hớt, lăn tăn với những cái mới dù chẳng có gì hay. Hà Nội vội phế bỏ cái cũ nhưng tốt đẹp, những cái làm nên phong cách thanh lịch của người Tràng An. Hậu quả là những hệ lụy vì cái ý thức hệ không biết còn kéo dài đến bao giờ. Dù vậy hồ Gươm với những truyền thuyết Thăng Long ngàn năm văn vật xa xưa, mỹ từ văn ngôn mê hoặc lòng người. Có thế nào đi nữa thì xuân Thăng Long cũng khởi đầu của dòng xuân Việt. Tháng Chạp vào xuân, dù giàu dù nghèo người mình cũng mua hoa về chưng trên bàn thờ, trang hoàng nhà cửa, thú chơi hoa, chưng hoa cũng đã lâu đời. Mùa xuân về trăm hoa khoe hương sắc, nhờ muôn hoa mà xuân tươi mới rạng ngời. Tết Việt không thể thiếu hoa. Với người Âu Tây thì còn hơn thế, không đợi xuân về mới chơi hoa. Họ chơi hoa quanh năm, với họ đời sống phải trọn vẹn cả: "Bánh mì và hoa hồng". Tháng Chạp xuân về em có hay chăng? Người nơi chân trời góc bể lòng những nao nao. Đành rằng thời đại hôm nay đi - về không còn là vấn đề cách trở, tuy nhiên mỗi người mỗi phận. Ngạn ngữ cũng có câu: "Mỗi cây mỗi hoa, mỗi nhà mỗi cảnh" vì vậy mà muốn không được, không muốn cũng không xong. Tháng Chạp xuân về những mong người thương lấy người, gác qua dị biệt để sống đời với nhau. Đời nhiều khổ đau, hãy dễ với nhau mà sống. Trong ngoài tương ái tương thân, trên dưới dung nhau mà tồn tại trong cõi vô thường này, giàu nghèo san sẻ với nhau để đi qua những mùa xuân. Mùa xuân giữa cung đường rộng mở dung chứa muôn loài, hà cớ gì con người là phân biệt chẻ chia? Làm gì có xuân của ta hay xuân của người mà tranh? Tháng Chạp xuân về, chúa xuân vẫn rạng ngời xinh tươi từ thuở nguyên sơ đến giờ. Sắc xuân chưa hề phai, khí xuân không hề vơi, vị xuân luôn nồng thắm, thanh xuân vẫn rộn rã yêu đời, pháp xuân tràn ngập trong đất trời, dĩ nhiên lâng lâng trong hồn người. Người ơi, hãy mở lòng ra chào đón mùa xuân mới.

***Mãn Giác thiền sư Tiểu Lục Thần Phong**

Ất Lăng thành, 0125

NGUYỄN XUÂN SANG

1. NƯƠNG NGÀY THÁNG TA VỀ

Những ngày tháng mười một gọi nhau về
Vỡ òa đong đưa chiếc nôi kỉ niệm
Mỗi góc trường ghế đá hàng cây
Nhặt nhạnh bao ước mơ tuổi học trò.

Ta tìm nhau phấn trắng bảng đen
Chỗ ngồi nào mắt mi đẫm ướt
Dắt qua một bài học
Ôm ấp ta nông nổi tuổi dậy thì.

Ta gửi thầy cô bao nhiêu gương mặt cười?
Hay vệt ưu phiền thủ thỉ
Đánh rơi buổi học
Ngày tháng chơi vơi những trang sách lặng thinh
Vớt vát ngày mai
Hoang vắng những bài thơ.

Bài hát về thầy cô như cánh chim không mỏi
Vỗ về lồng ngực
Nương ngày tháng ta về
Hát những lời yêu thương.

2.NGƯỜI ĐÀN BÀ THỨC DẬY VÀ ĐI

Bức tường bắt đầu bong tróc
dấu tích ngày cũ nhở nham
người đàn bà thức dậy và đi
tiếng mắng sang sảng vào tiềm tàng kí ức
giọt nước mắt và kẻ đáng ghét bị bêu tên
một lần, nhiều lần, không có kết thúc

Tất thảy thành quả
từng hạt thóc nhớ về giọt mồ hôi
từng ngày dài nặng gánh sớm khuya
thanh xuân đồng tiền được chắt chiu
bị đánh cắp

Trên bức tường mục toang đổ nát
chẳng còn gì
người đàn bà thức dậy và đi
rời bỏ quá khứ
bấu tìm những hạt sương mai
nhặt nhạnh yêu thương
vun trồng…

NGUYỄN XUÂN SANG

TUỆ TÂM
KHI TÌNH YÊU TRỞ LẠI

Ngỡ lòng khép lối yêu từ dạo ấy,
Thả đời trôi theo năm tháng vô tình.
Gió vô tư cuốn trôi niềm mộng cũ,
Chẳng bận lòng thương nhớ bóng hình ai.

Bỗng một hôm giấc mơ về rất khẽ.
Thoáng bâng khuâng nghe tim hát dịu dàng.
Tự nhiên thấy thương cả ngày giông tố.
Thấy lòng mình… như lặng lẽ sang trang.

Bỗng thổn thức… nhớ một người xa lạ.
Từ giọng cười, đến ánh mắt trong veo.
Yêu đến lạ… say mê từng hơi thở,
Nhẹ như mây mà cuốn cả trời chiều.

Từ dạo ấy, đời thôi không hiu quạnh.
Bóng với hình sớm tối cận kề nhau.
Gió thôi buốt, mưa thôi rơi lạnh giá.
Chỉ hương tình vương vấn suốt đêm sâu…

Dù bão tố cũng hóa thành câu hát
Có bàn tay xoa dịu những niềm đau
Đời tươi sáng muôn sắc màu rực rỡ
Bởi vì ta… nay đã thuộc về nhau…

TUỆ TÂM
26/2/2025

TRẦN VĂN
BỮA TIỆC CÕI ÂM

Gần trưa 27/7.

Buổi lễ kỷ niệm ngày Thương binh Liệt sĩ của những người tại thế đã xong. Chính quyền sở tại tuyên bố kết thúc. Những bậc cha mẹ của liệt sĩ, bao người thân mang lý lịch được tô hồng, các bà mẹ Việt Nam anh hùng ra về mang theo những món quà được tặng. Ai cũng trang trọng đặt lên bàn thờ cùng với nén hương dành cho những người hy sinh cho ngày toàn thắng. Mọi người thực hiện nghĩa cử này để tỏ lòng biết ơn và thương tiếc .

Chỉ thế thôi, rồi ai cũng lao vào công việc hàng ngày của mình. Nén nhang tàn nhưng quà vẫn vẹn nguyên.

Tối 27/7.

Người Cán bộ nguyên là anh du kích miền Tây Nam Bộ, tham gia cách mạng thời kháng Pháp với bộ đồ bà ba đen cùng chiếc khăn rằn quấn cổ lên tiếng cùng anh chiến sĩ trẻ được chi viện từ A.

-Đồng chí chuẩn bị xong chưa. Tác phong quân sự là đúng giờ và quân phục nghiêm trang đấy nhé.

-Báo cáo cấp trên, tôi sẵn sàng ạ.

Đối đáp của hai người làm viên Đại úy quân lực Việt Nam Cộng Hòa gấp rút xỏ dây chiếc giày cao ống còn lại. Khi hai ống quần được túm gọn, ông ta đứng dậy. Một tiếng đập gót chân vào nhau quen thuộc vang lên. Bước ra từ bia mộ của mình, đưa tay ngang chân mày chào theo kiểu nhà binh, ông dõng dạc.

-Chào anh và chú em. Tôi có mặt.

Thế là bao hương đăng, trà quả, rượu thịt được người sống cúng ban ngày cho hai chiến sĩ cách mạng được bày ra. Nhìn y phục mới toanh của hai người đối diện, viên Đại úy cúi nhìn bộ quân phục cũ của mình khẻ tấm tắc.

-Hai người mặc đồ đẹp quá. Tôi duy nhất chỉ còn một bộ này từ khi bước vào cõi âm đến giờ.

Người chiến sĩ chết trẻ thắc mắc.

-Hôm chị lên lập bia mộ cho anh, không có đốt quần áo vàng mã à. Mà có đốt chắc giờ cũng cũ. Đã mấy chục năm rồi không thấy chị trở lại.

Thoáng nhìn ông cán bộ mấp máy đôi môi, viên Đại úy trần tình.

-Vợ tôi theo đạo Thiên Chúa, lại quen nếp sống nhà giàu. Ngày đó, từ Sài Gòn lên đây lập bia mộ cho tôi kể như là trọn tình trọn nghĩa. Sau một thời gian, cô ấy đã lấy một chủ tàu và cùng nhau vượt biên sang Mỹ rồi. Các con tôi không đứa nào còn ở Việt Nam.

-Bà nhà tôi bao năm chờ đợi. Tôi chưa kịp về thì bà ấy ra đi trước tôi. Khi bả chết, tôi có nhìn được mặt đâu. Các con tôi rất hiếu để. Tôi không thiếu thứ gi nơi cõi âm này. ..

Người Cán bộ chia sẻ chưa xong, người chiến sĩ trẻ chen vào.

-May mà tôi chưa có vợ con, nên không ai trách móc và cũng không gây phiền lụy cho ai. Mình nhập tiệc đi hai ông lớn.

Với tư cách là người được mời, viên Đại úy tỏ vẻ e dè. Hai cán bộ, chiến sĩ cách mạng thay nhau gắp thức ăn và rót rượu cho cả ba người. Ông cán bộ đưa ly rượu ngang tầm mắt trân trọng.

-Thời chiến tranh, bọn mình hai chiến tuyến. Hòa bình rồi mình lại cùng chung ở cõi âm. Nào một, hai, ba…

Một tiếng "Dzô" thật to vang lên.

Bữa tiệc của những người từng tìm bắn nhau bắt đầu.

Sương khuya đậm đặc. Men rượu hừng nóng. Họ cùng nhau tâm sự.

NGƯỜI CÁN BỘ CÁCH MẠNG.

Tôi xuất thân là nông dân miền Tây Nam Bộ. Làm ruộng mà không có đất nên phải thuê của lão địa chủ vừa là ông hội đồng. Cuối vụ thu hoạch nộp lúa tô xong thì cả nhà bữa đói bữa no trong những ngày giáp hạt. Cái ăn như thế, còn cái mặc thì tệ hại hơn. Hưởng ứng lời kêu gọi của Bác, toàn dân tham gia kháng chiến chống Pháp, tôi giã từ gia đình đi theo cách mạng với cái nốp cuốn lại mang trên lưng và cây giáo cầm tay. Từ rừng U Minh, lần lượt tôi được chuyển về chiến khu D. Từ anh du kích, tôi được bổ sung vào bộ đội địa phương rồi chủ lực miền. Với vũ khí thô sơ và lương thực thiếu thốn, thế mà quân và dân ta đã chiến thắng giặc Pháp với trận Điện Biên Phủ lừng danh. Hiệp định Geneve được ký kết và tôi được phân công ở lại nơi này xây dựng cơ sở cho cách mạng. Những tháng năm hòa bình vợ tôi có lên thăm mấy lần, nhưng nhìn cảnh rừng trùng trùng điệp điệp bà ấy ngao ngán lắc đầu vì chỉ quen cấy lúa bắt tôm bắt cá. Khoảng năm sáu mươi mấy, bà ấy qua đời sau một cơn bạo bệnh. Lúc đó, Mỹ và bọn chư hầu đổ quân vào miền Nam, chiến tranh bắt đầu dữ dội, tôi chẳng về lo việc mai táng cho vợ được, đành phải nén đau thương trong lòng, tập trung vào việc chiến đấu cho đến lúc hy sinh. Không biết bà ấy còn giận tôi không mà từ khi vào cõi âm đến nay, tôi cố tìm nhưng chưa hề gặp bả.

NGƯỜI ĐẠI ÚY VIỆT NAM CỘNG HÒA

Tôi thuộc dòng dõi quý tộc. Tổ tiên tôi mấy đời làm quan lại triều đình Huế. Tôi theo học trung học tại trường Quốc Học và đậu Tú Tài toàn phần hạng Bình. Gia đình muốn tôi làm quan nên động viên tôi thi vào Trường Sĩ Quan Đà Lạt. Chỉ học trường này mới đủ tiêu chuẩn lên cấp tướng. Được nuôi dưỡng đầy đủ, đạt tiêu chí chiều cao, cân nặng và học giỏi nên tôi trúng tuyển với thứ hạng khá cao. Bốn năm học ở đây, ngoài quân sự ra, tôi còn được trang bị kiến thức văn hóa, khoa học tương đương một kỹ sư thời ấy. năm học nào tôi cũng đạt danh hiệu sinh viên sĩ quan xuất sắc. Ra trường, tôi được điều động đi khắp chiến trường từ vùng IV qua vùng III chiến thuật. Những viên đạn được bắn ra từ họng súng của các anh chỉ làm tôi bị thương. Tôi được đưa về bệnh viện An Lộc chữa trị chờ ngày bình phục để tiếp tục chiến đấu. Nhưng B52 của Mỹ đã rải thảm bom cả khu vực này. Tôi chết trong tức tưởi và được chôn chung trong ngôi mộ trên 3.000 người này. Thế mà Chính quyền Sài Gòn cũng bày đặt tuyên dương anh hùng , thưởng Anh Dũng Bội Tinh với nhành dương liễu cho tôi. Vợ và các con tôi hưởng chế độ quả phụ tử sĩ cũng được mấy năm. Ước mơ cầm quân với cấp bậc tướng lĩnh đã tiêu tan, vợ con thì ly tán. Cay đắng quá phải không các anh?.

NGƯỜI CHIẾN SĨ TRẺ

Tôi đang học lớp 10 thì được xét đặc cách tốt nghiệp cấp 3 và tòng quân để chi viện chiến trường B. Buổi chia tay các bạn cùng lớp thật vui. Ai cũng hẹn ngày hòa bình thống nhất, chúng tôi sẽ gặp nhau trên giảng đường đại học. Cô bạn gái thân thương nhất đã dúi vào tay tôi một chiếc khăn tay kỷ niệm và cả hai chưa nói được tiếng "yêu" lần nào. Mẹ tôi chờ tôi lên xe mới vẫy tay chào. Tôi nhớ như in hình ảnh mẹ tôi kéo đuôi khăn chặm nước mắt. Sau một thời gian ngắn được huấn luyện về sử dụng các loại vũ khí và các chiến thuật cơ bản, tôi đã vượt Trường Sơn theo đường mòn Hồ Chí Minh vào Nam. Dọc đường cũng bị máy bay Mỹ ném bom nhưng nhờ trú ẩn trong các hang đá. Núi đá che chở nên tôi đến Bình Long an toàn. Cầm súng chưa được bao lâu, chưa áp dụng nhuần nhuyễn các chiến thuật đã học, thì hy sinh tại đây trong trận chiến 32 ngày đêm từ 13 tháng 4 đến 15 tháng 5 năm 1972. Ước mơ ngồi trên ghế của giảng đường đại học của tôi đã tắt…

Người chiến sĩ trẻ kết thúc. Không ai bảo ai, cả ba đều nâng ly. Một tiếng "cốp" rồi "ực" và "khà" hòa lại thành một âm thanh vang ra đủ sức xé được cái không gian yên ắng .

Mặt trời chưa lên nhưng mây phương đông đã ửng hồng. Có tiếng mở cửa từ phía dãy nhà đối diện ngôi mộ trên 3.000 người. Không khí thị xã Bình Long bắt đầu nhộn nhịp. Cả ba người chia tay nhau và ai cũng lui về bia mộ của mình, để ngủ./.

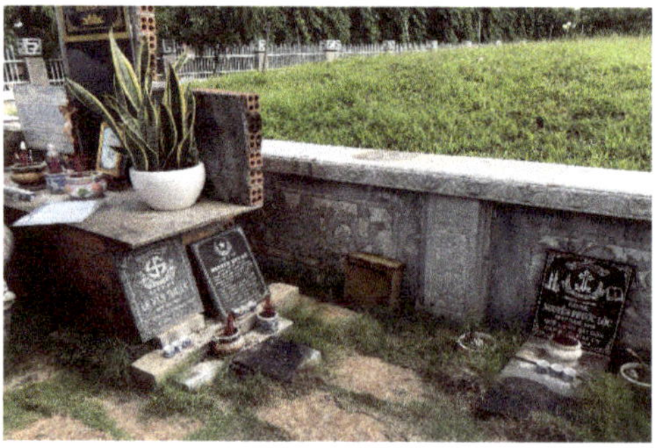

TRẦN VĂN
28/7/2020

NGƯỜI SÔNG HẬU

NGÀY TÌNH NHÂN NHỚ MÙA HOA ĐÀO

Em ơi! Ngày tình nhân
Hoa đào xưa vẫn nở
Hiên nhà vàng nắng xuân
Mang theo lời của gió.

Con đường nhuộm sắc hồng
Phố chìm trong sương trắng
Lãng đãng trên đồi thông
Dấu chân người phiêu lãng.

Hoa đào bừng sắc thắm
Khát vọng tuổi thanh xuân
Tình yêu thành đốm lửa
Thắp sáng chỉ một lần.

Hoa đào, hoa đào bay
Suốt một thời mê hoặc
Hoa đào rụng trên vai
Vẫn nồng nàn ánh mắt.

Lạc trong rừng hoa đào
Giữa lưng chừng dốc đợi
Có đi qua đời nhau
Cũng chỉ là sương khói.

Em ơi! Ngày tình nhân
Hoa đào xưa vẫn nở
Dù đã rụng bao lần
Bốn mùa vơi thương nhớ.

NGƯỜI SÔNG HẬU

NGUYỄN AN BÌNH

TÓC NGƯỜI THUỞ ẤY...

Tóc người sợi tóc hoàng kim
Ửng trong màu nắng tôi tìm trong mưa
Con đường đi học ngày xưa
Còn thơm mùi tóc tôi đưa tiễn về.

Tóc nào tôi gọi tóc thề
Cùng se chỉ mỏng vụng về trao tay
Cũng đành gởi sợi tóc bay
Qua miền gió cát một ngày rụng rơi.

Tóc người làm rối lòng tôi
Buổi chiều tan lớp một thời rất xa
Nước trôi bao ngả giang hà
Đâu hay giọt lệ vừa sa lưng trời.

Tóc nào tôi gọi tóc mai
Hình như có kẻ ủ hoài mùi hương
Mưa chiều nắng sớm đêm sương
Bờ rêu xanh cũ quên đường tha phương.

Tóc người một thuở tôi thương
Đâu làn suối tóc thu đông nhuộm sầu
Chân cầu nước vẫn trôi mau
Cỏ rong xanh mượt biết đâu muộn phiền.

Sợi nào tôi gọi hồn nhiên
Trong đôi mắt ấy cả miền tương tư
Chiêm bao chia nỗi tình cờ
Tóc người thuở ấy bây giờ còn xanh?

NGUYỄN AN BÌNH

TÔN NỮ MỸ HẠNH

NGÔI NHÀ CỦA NGƯỜI THIẾU PHỤ

Ngôi nhà nơi tôi ở
Bao người nghèo hơn tôi thầm mơ ước
Sáng nghe chim ríu rít ngoài sân
Hoa nở cùng sương mai hẹn hò
Nhưng có ai hiểu tôi hơn chính mình
Trong ngôi nhà màu hồng ấy
Sự cô đơn giữa những người thân quen
Mỗi ngày càng làm tôi vô cùng hãi sợ.

Tôi đã từng khóc gần như không còn nước mắt
Đời quá buồn phải không anh
Người bạn thân hóa trị đến lần thứ ba
Đầu không còn một sợi tóc
Xưa nàng là hoa khôi của trường
Anh có biết không
Mắt tôi sưng húp lên từ bao giờ
Thế giới nầy sao buồn quá vậy.

Chắc đêm nay tôi không ngủ được
Thế hệ chúng ta có quá nhiều vết xước
Hằn sâu vào trái tim mỗi người
Anh biết mà
Tôi rất dễ bị tổn thương
Chỉ một lời nói có chứa gai nhọn
Cũng làm tim tôi ứa máu
Những lúc đó anh ở đâu
Sao không gần gũi bên tôi giây lát
Vực tôi dậy khi tôi sắp ngã
Để tôi cảm thấy yên lòng
Khi trên đời nầy vẫn còn có anh bên cạnh
Giấc ngủ tôi sao mãi chập chờn mộng mị
Trong ngôi nhà đầy bóng tối

TÔN NỮ MỸ HẠNH

LÊ KHÁNH NHÂM
UỐNG TRÀ

Nhâm nhi một chén trà đời
Uống cho cạn hết những lời thị phi
Cuộc đời giông bão sân si
Đau thương uống cạn còn gì đời ta.

MẶN NỒNG THƠ CON

Thơ như tấm áo mẹ cha
Khoác lên thân thể tim ta ấm nồng
Thơ như muối mặn biển đông
Lệ mẹ nhỏ xuống mặn nồng thơ con.

LÊ KHÁNH NHÂM
15/1/2025

Chuyện cực ngắn

NGUYỄN THIỆN

ĐÙI GÀ BẰNG ĐỒNG

Thanh niên bước vào quán gọi một dĩa cơm không
Cô chủ quán liếc mắt nhìn anh, nhưng vẫn vào bếp lấy cơm cho anh.
Đặt đĩa cơm lên bàn vừa đi khi cô vẫn ngoảnh lại nhìn, cô thấy anh lấy từ túi quần một cái đùi gà màu vàng, bằng đồng, Anh chang nước tương vừa nhìn miếng thịt và ăn hết dĩa cơm

Vừa ăn anh vừa khóc gọi Mẹ.

NGUYỄN THIỆN

21.5.24.

NGÃ PHƯƠNG HUYỀN
MỖI KỲ VỚI CA KHÚC MỚI SÁNG TÁC
Thư Tòa soạn

Quí thân hữu và độc giả thân mến...

Đã bao lần có sự đề nghị về việc mở ra một tiết mục quan trọng có liên quan đến lãnh vực văn hóa, nghệ thuật nói chung … đó là: "*Mỗi Kỳ Với Ca Khúc Mới Sáng Tác*" … Nhưng BBT/VHM nhận thấy rằng việc đó mang tính "nhạy cảm", là dễ gây ra những ngộ nhận, không khéo sẽ đưa đến những "mất lòng" nhau một cách khó biện giải trong nội hay ngoại giới!!. Vì thế, chúng tôi đã khép lại những đề nghị như đã nêu trên…

Nhưng lại một lần nữa được mở ra với những đề nghị cũ… do từ một cơ duyên rất "may mắn" là từ những dây mơ rễ má của tình thâm thân hữu, dẫn đến một niềm vui và hạnh phúc khôn tả, đó là được: Nhạc sĩ Từ Công Phụng phổ bài thơ: "Người Muôn Thuở" của tôi thành nhạc, với tên mới "*Gửi Người Muôn Thuở*" (Bài thơ này của tôi nằm ở trang 156-157 trong tập thơ "*Anh Biết, Em Yêu Dấu*" được Nhà sách Tự Lực xuất bản & phát hành năm 2001…

Từ những yếu tố "*kích hoạt*" như kể trên, chúng tôi quyết định thực hiện ngay "*Mỗi Kỳ Với Ca Khúc Mới Sáng Tác*" " bao gồm đăng một, hai sheet nhạc và những bài viết về âm nhạc mang tính nghiên cứu, thảo luận, kể cả những tản mạn đóng góp vào loại hình nghệ thuật dùng âm thanh để diễn đạt, mang nặng tính quần chúng đám đông hơn cả này !! Tiểu mục do **Ngã Phương Huyền phụ trách ...**

Thưa quí thân hữu ...

Thật lòng mà nói rằng, mọi thứ trên đời đều không vượt thuyết tương đối … Việc tương tác thuần tính công tâm, bình đẳng cũng chỉ vững vàng được trong chủ quan đầy niềm tự tin, mới mong mạnh bước với những diễn tiến tốt đẹp, mang niềm vui và hạnh phúc đến với mọi người…

Trân trọng.

* Kỳ thứ **X** khởi đăng 5 sheet nhạc:

1/ Nghĩ về Sợi Tóc_thơ Khaly Chàm_Nhạc Hà Nguyên Du
2/ Đừng hẹn Kiếp Sau_thơ San Phi_nhạc Hà Nguyên Du
3/ Bóng Em Như Mộng Giữa Đời_Lời Hà Nguyên Du_Nhạc Kimchi Hoàng

1

nghĩ về sợi tóc

BOSTON

Thơ Khaly Chàm
Nhạc Hà Nguyên Du

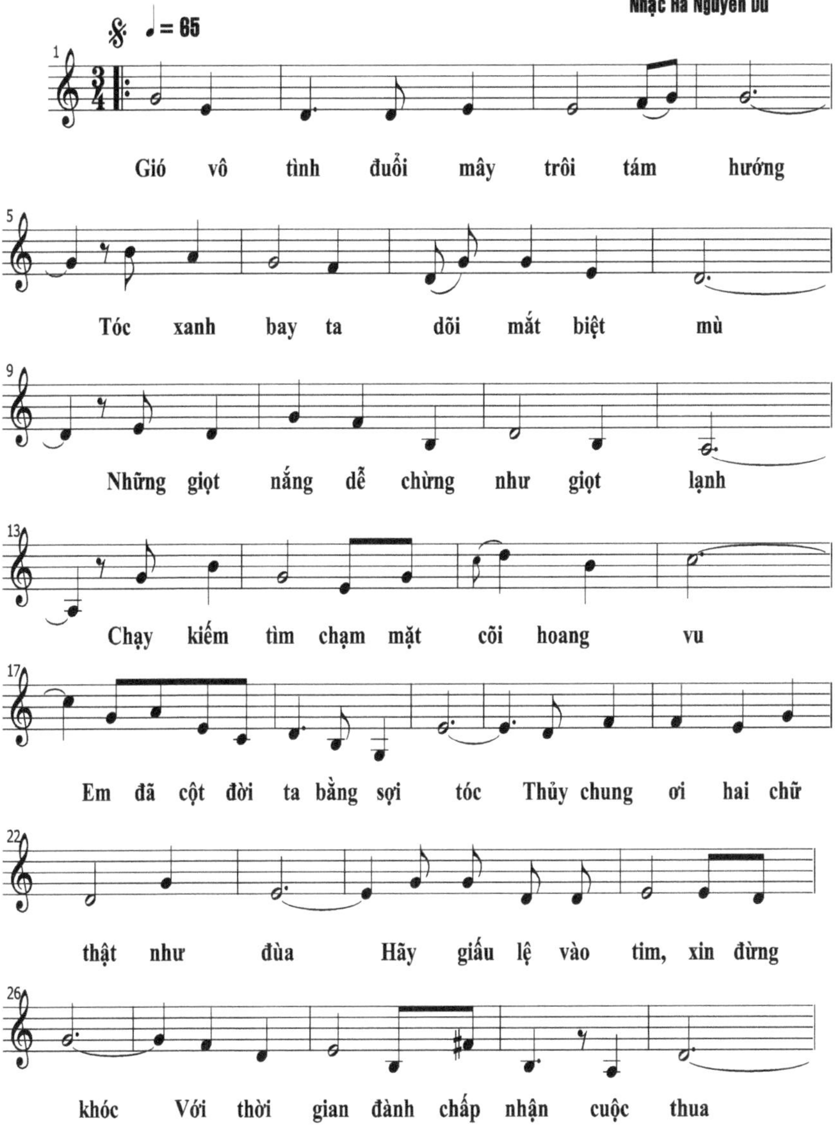

Copyright © by Hà Nguyên Du. All Rights Reserved

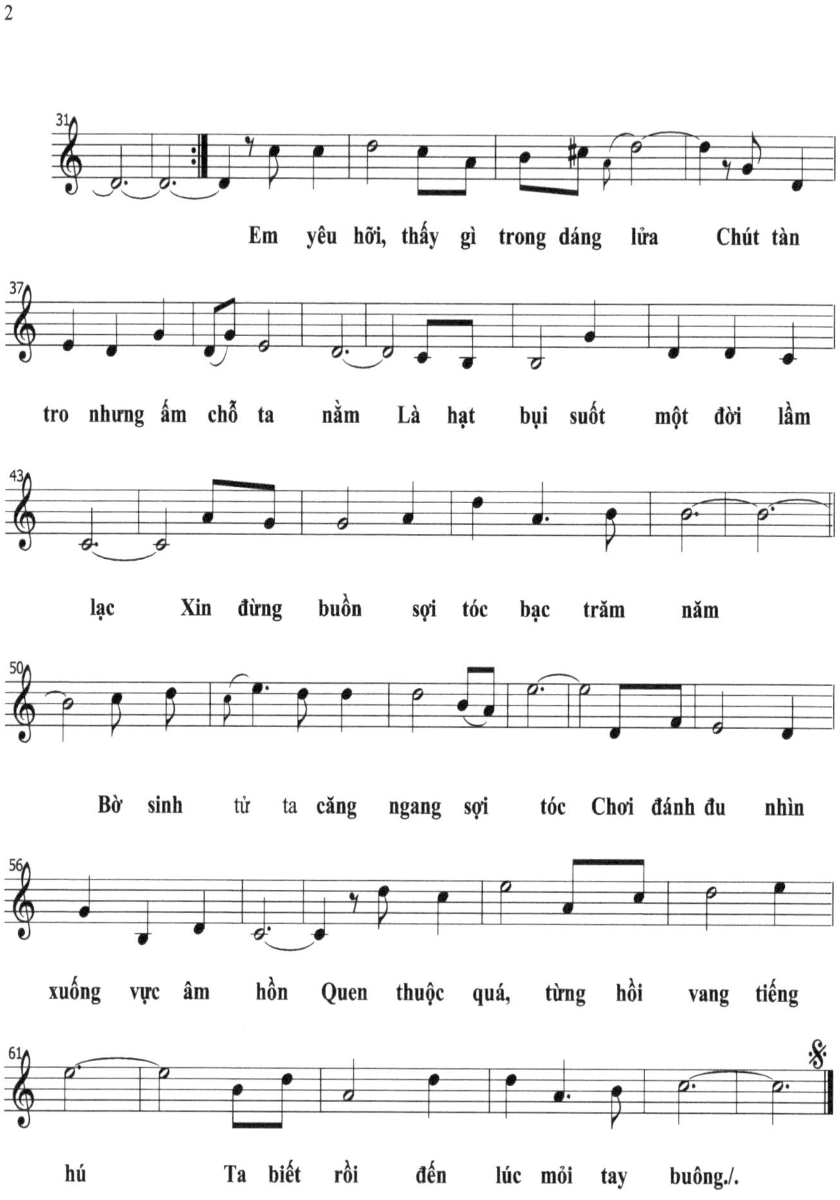

Copyright © by Hà Nguyên Du. All Rights Reserved

ĐỪNG HẸN KIẾP SAU

Thơ San Phi
Nhạc Hà Nguyên Du

1

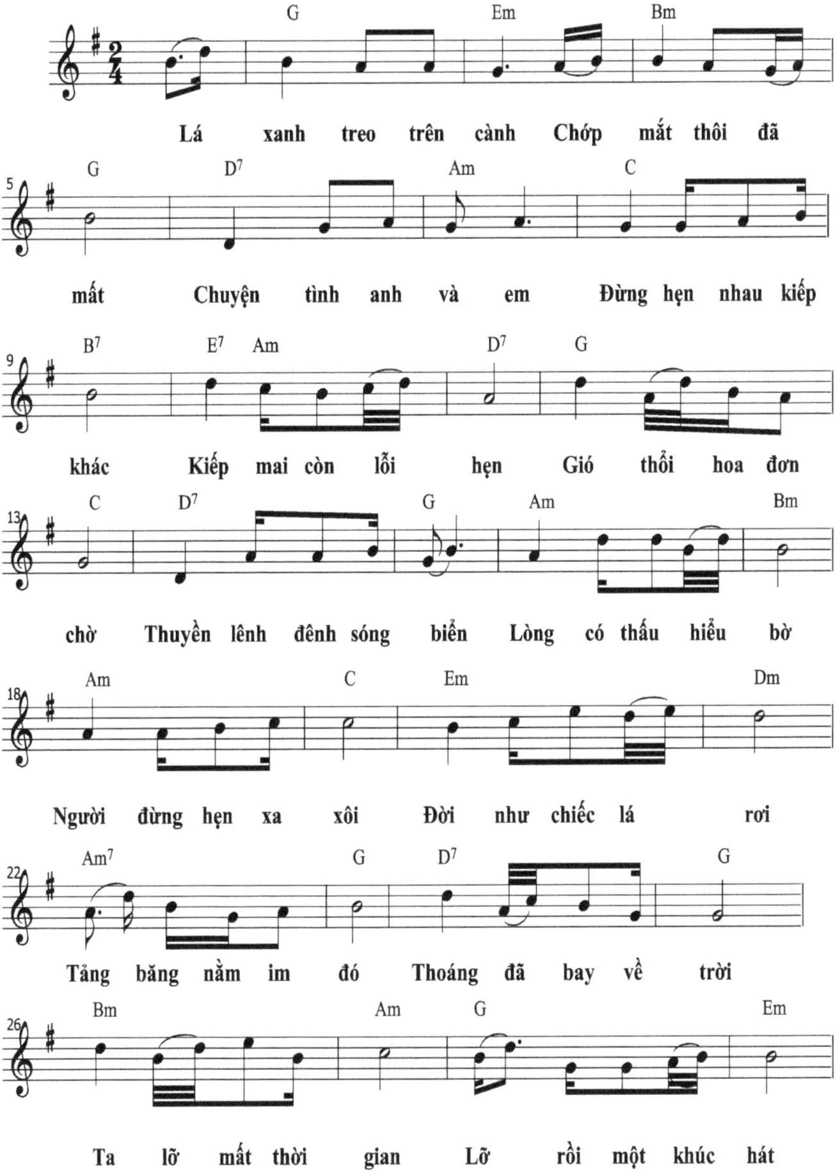

Copyright © by Hà Nguyên Du & San Phi. All Rights Reserved

2

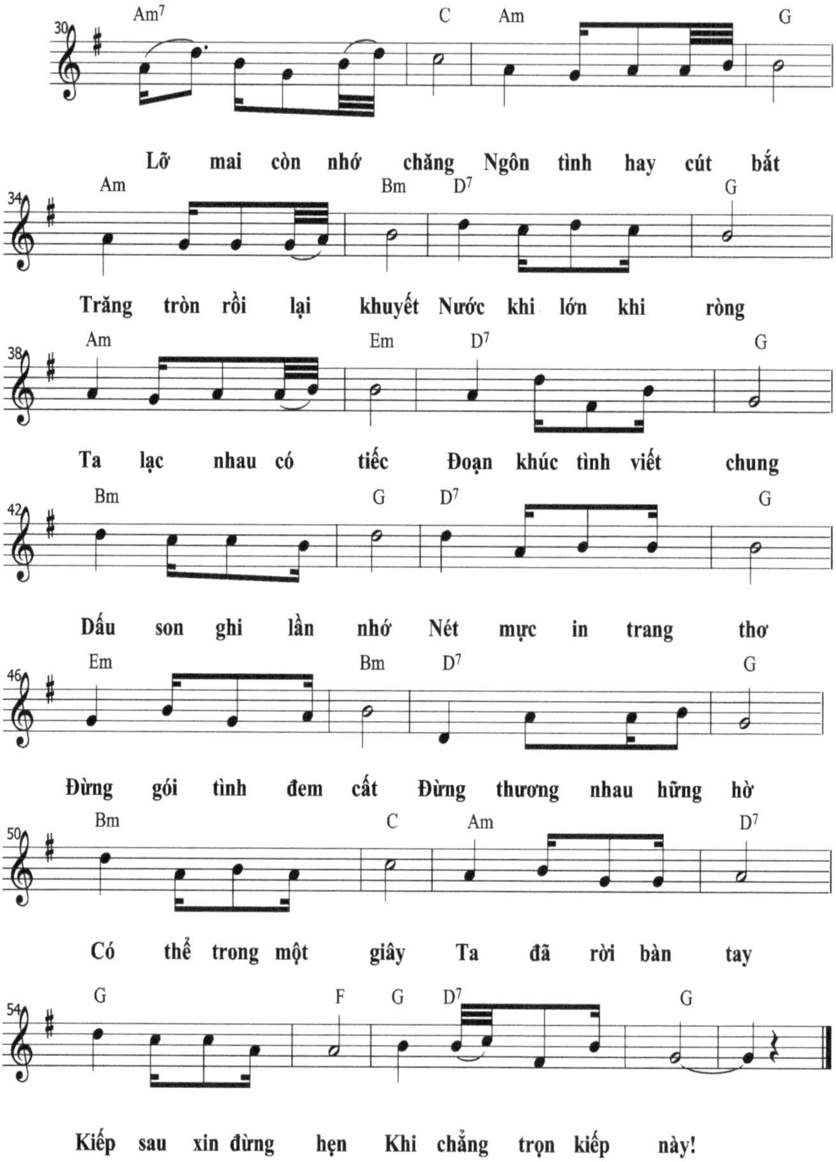

Copyright © by Hà Nguyên Du & San Phi. All Rights Reserved

Bóng Em Như Mộng Giữa Đời

Nhạc: Kimchi Hoang
Lời: Hà Nguyên Du & Kimchi Hoang

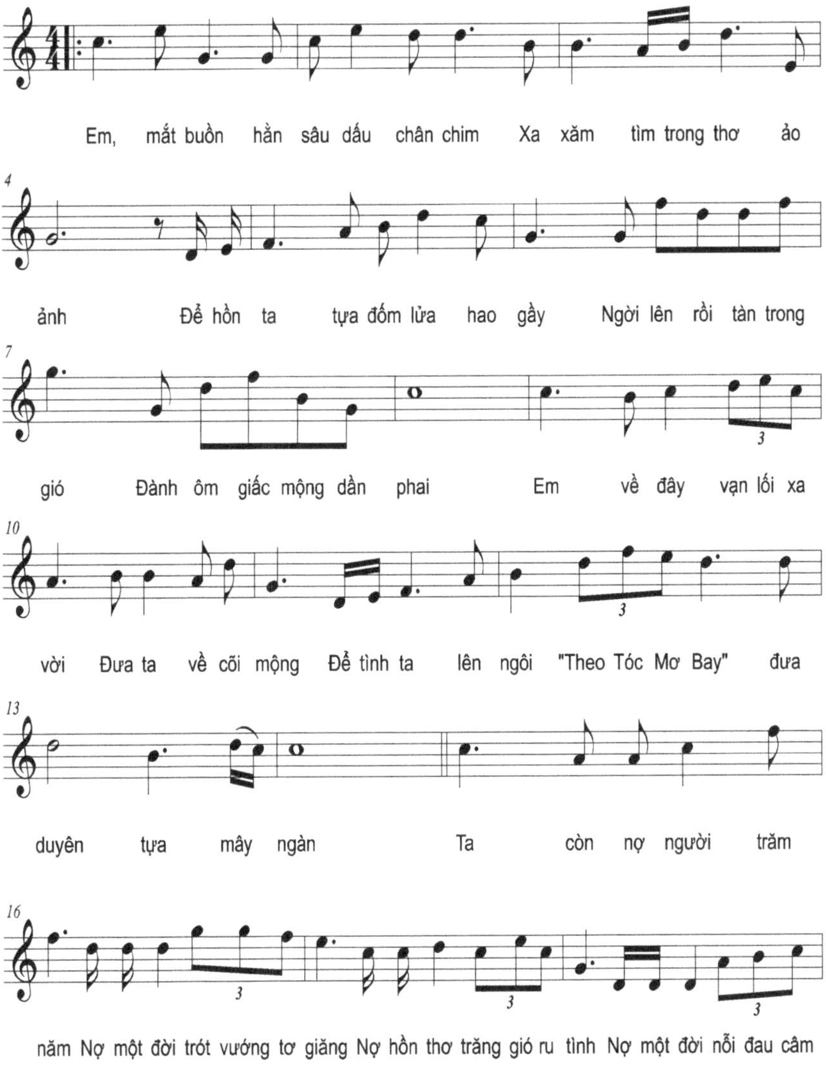

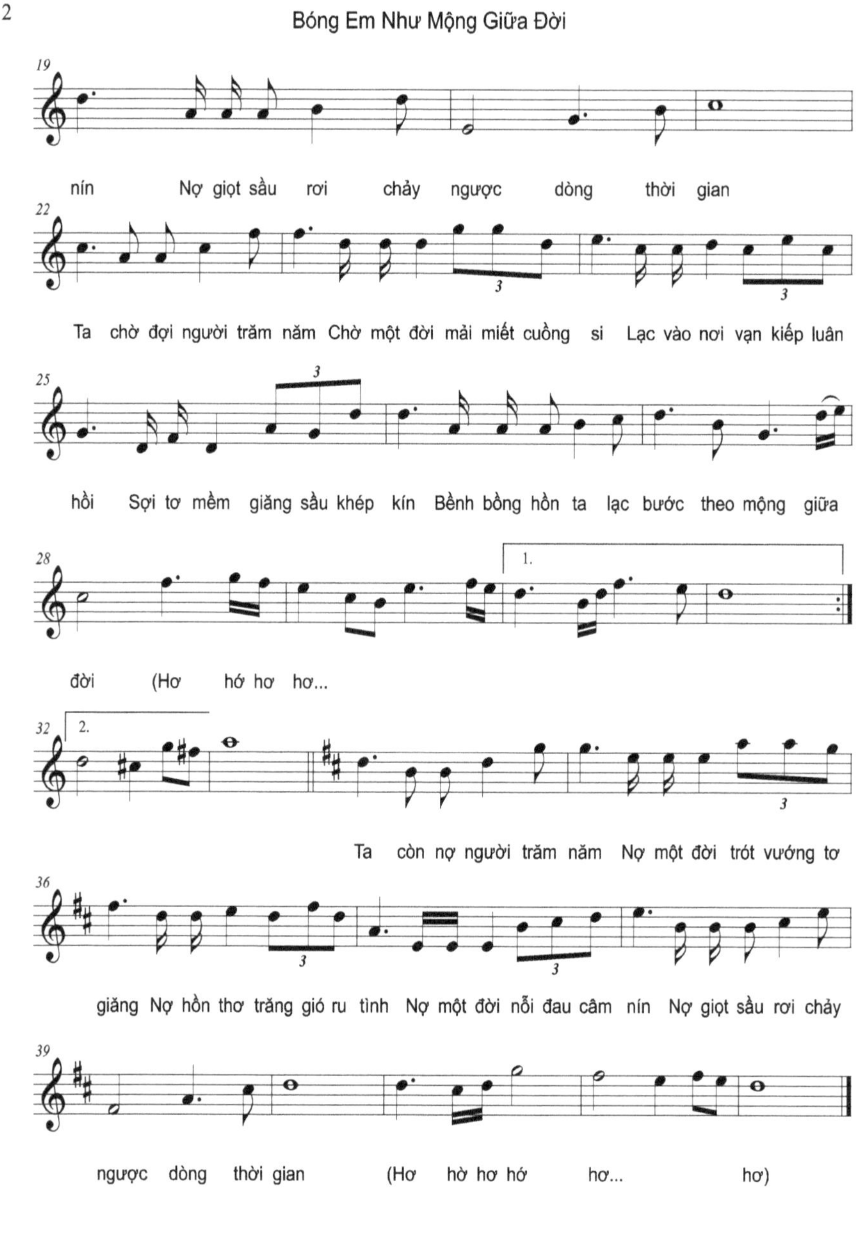

"Theo Tóc Mơ Bay" là tựa đề ca khúc, viết vào năm 2022,
nhạc: Kimchi Hoàng, lời: Hà Nguyên Du và Kimchi Hoàng.

November 2024

NHẬT KÝ VĂN HỌC
tạp chí văn học mới

Dưới đây là tổng hợp một số sự kiện và thành tựu văn học nghệ thuật nổi bật trên thế giới trong tháng 3 năm 2025:

1. Ngày Thơ Thế giới (21/3): Ngày 21 tháng 3 hàng năm được UNESCO chọn là Ngày Thơ Thế giới, nhằm tôn vinh và thúc đẩy việc đọc, viết, xuất bản và giảng dạy thơ ca trên toàn cầu. Năm nay, nhiều sự kiện và hội thảo thơ ca dự kiến sẽ diễn ra trực tuyến và trực tiếp tại các quốc gia, tạo cơ hội cho các nhà thơ và độc giả giao lưu, chia sẻ tác phẩm và quan điểm về nghệ thuật thơ ca.

2. Xu hướng nghệ thuật năm 2025: Sự lên ngôi của AI Theo dự đoán, năm 2025 sẽ chứng kiến sự phát triển mạnh mẽ của nghệ thuật kết hợp trí tuệ nhân tạo (AI). Các nghệ sĩ sẽ hợp tác với công nghệ AI để tạo ra những tác phẩm độc đáo, mở ra những cuộc thảo luận về quyền tác giả và sự sáng tạo trong thời đại công nghệ số. Xu hướng này phản ánh sự thay đổi trong cách tiếp cận nghệ thuật và công nghệ, đồng thời đặt ra những câu hỏi về tương lai của sáng tạo nghệ thuật.

BAOYENBAI.COM.VN

3. Các cuộc thi viết dành cho học sinh trung học: Tháng 3 năm 2025 cũng là thời điểm diễn ra nhiều cuộc thi viết dành cho học sinh trung học trên toàn thế giới, khuyến khích tài năng trẻ phát triển kỹ năng viết và sáng tạo. Các cuộc thi này không chỉ tạo sân chơi cho học sinh thể hiện khả năng mà còn giúp phát hiện và bồi dưỡng những cây bút triển vọng cho tương lai văn học.

ARALIA.COM

4. Các sự kiện và ngày lễ văn hóa trong tháng 3 năm 2025:

Ngày Quốc tế Phụ nữ (8/3): Tôn vinh những đóng góp của phụ nữ trong mọi lĩnh vực, bao gồm văn học và nghệ thuật.

Ngày Quốc tế Hạnh phúc (20/3): Khuyến khích mọi người chú trọng đến hạnh phúc và chất lượng cuộc sống, với nhiều hoạt động văn hóa nghệ thuật được tổ chức để lan tỏa thông điệp tích cực.

Ngày Quốc tế về Rừng (21/3): Nâng cao nhận thức về bảo vệ rừng và môi trường, nhiều tác phẩm nghệ thuật và văn học lấy cảm hứng từ thiên nhiên được giới thiệu trong dịp này.

THUVIENPHAPLUAT.VN

Những sự kiện và xu hướng trên cho thấy sự phong phú và đa dạng của đời sống văn học nghệ thuật toàn cầu trong tháng 3 năm 2025, đồng thời phản ánh sự kết nối giữa nghệ thuật và các vấn đề xã hội, công nghệ và môi trường.

Lễ hội Việt – Nhật lần thứ 10 tại Thành phố Hồ Chí Minh:

Vào ngày 8 và 9 tháng 3 năm 2025, Lễ hội Việt – Nhật lần thứ 10 được tổ chức tại TP.HCM với chủ đề "Cùng nắm chặt tay nhau – Đến tận mai sau". Sự kiện nhằm tăng cường giao lưu văn hóa, nghệ thuật, thể thao, ẩm thực giữa hai nước, đồng thời kỷ niệm 10 năm tổ chức lễ hội. Đặc biệt, lễ hội năm nay tập trung vào thông điệp "Trẻ em – Trái đất – Tương lai", tạo cơ hội cho thế hệ trẻ Việt Nam và Nhật Bản giao lưu, học hỏi và tăng cường tình đoàn kết.
BAOVANNGHE.V

Tháng 3 "Tuổi trẻ với văn hóa truyền thống" tại Làng Văn hóa - Du lịch các dân tộc Việt Nam:

Trong tháng 3, Làng Văn hóa - Du lịch các dân tộc Việt Nam tổ chức chuỗi hoạt động với chủ đề "Tuổi trẻ với văn hóa truyền thống". Các hoạt động bao gồm tái hiện nghi thức cầu an của dân tộc Tày, Nùng; giao lưu nghệ thuật hát Then; trưng bày sản phẩm văn hóa đặc trưng; trải nghiệm múa khèn, ném Pao

của dân tộc Mông; cùng nhiều trò chơi dân gian và ẩm thực truyền thống. Sự kiện nhằm lan tỏa tình yêu văn hóa truyền thống và tăng cường giao lưu giữa các dân tộc.
BAOVANNGHE.VN

Những sự kiện trên không chỉ tôn vinh và bảo tồn giá trị văn hóa truyền thống mà còn góp phần thúc đẩy giao lưu, hiểu biết lẫn nhau giữa các dân tộc và quốc gia, đồng thời quảng bá hình ảnh Việt Nam đến các nước.

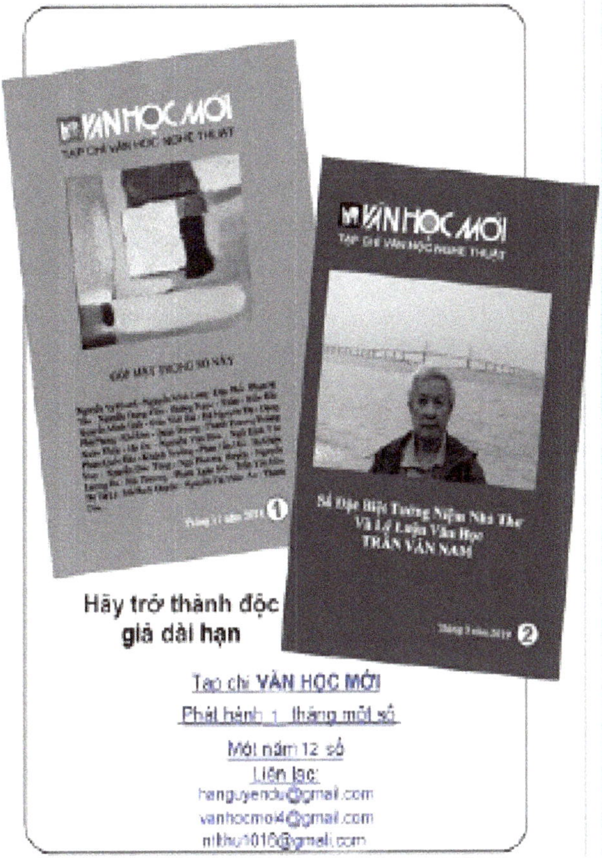

TRẢ LỜI THƯ TÍN

1/ Tòa soạn Văn Học Mới, xin chân thành cảm ơn quí thân hữu là Nhà thơ, Nhà văn, Nhà Phê Bình, Biên khảo đã hết lòng ủng hộ..

Rất cảm ơn quí vị đã vì yêu mến VHNT nên không chút lo ngại khi nhiệt tình mua báo dài hạn.

Một niềm hạnh phúc nồng nàn đầy chất khích lệ là gia hạn sự ủng hộ cũng như tiếp tục đóng góp bài vở thường xuyên ... của quí tác giả, quí mạnh thường quân...

Tòa soạn VHM cũng không quên cảm ơn quí vị mua tạp chí của chúng tôi trên Amazon, kể cả mua trong những nhà sách ...

1/Con đường "Lập Đức" của tạp chí VHM vẫn luôn là việc ưu tiên hàng đầu. Vì thế "tiếng thơm đồn xa". Vẫn có lai rai thành viên mới cộng tác, cũng do từ anh em thành viên cũ có quá trình "làm ăn khấm khá với VHM nên giới thiệu cho bạn bè của họ!! Từ đó trong VHM số 20 kỳ đã bắt đầu gia tăng tác giả mua báo dài hạn

2/ VHM một mực thể hiện tình yêu thương quí trọng đến những tác giả đã một đời sống chết với Văn Học Việt Nam, đã để lại nhiều tác phẩm đóng góp.!! (Không phải riêng vì đã cộng tác với VHM mà chúng tôi mới làm số đặc biệt tưởng niệm ...) Mà là thể hiện sống theo đạo lý của dân tộc Việt mình là "Ăn trái nhớ kẻ trồng cây hay uống nước nhớ nguồn..

Có thể kể từ khi VHM ra đời, đã làm số đặc biệt tưởng niếm đến: (Số 2) tưởng niệm nhà thơ/ nhà biên khảo văn học Trần Văn Nam. (Số 6) tri ân nhà thơ/nhà văn/nhạc sĩ Nguyễn Đình Toàn. (Số 8) là số đặcbiệt coi như vinh danh Giai Phẩm Chủ Đề do nhà văn Nguyễn Trung Hối điều hành. (Số 10) tưởng niệm hai nhạc sĩ Nguyễn Hiền và Trầm Tử Thiêng. (Số 13) tưởng niệm Thi sĩ Giáo sư Trần Hồng Châu. Số 16) tưởng niệm nhà thơ Kim Tuấn... Và đến số 20, tưởng niệm nhà thơ/nhà văn Hoài Ziang Duy, một tác giả cộng tác đắc lực với tạp chí Văn Học Mới...Đến số 21 là số không chủ đề gì ...

3/ Trong trang Trả Lời Thư Tín thường kỳ, bổn báo xin giữ nguyền 2 phần trả lời 1& 2. Mục đích để có sự liên tục khi nói đến gồm có bao nhiêu số mà VHM đặc biệt tưởng niệm đến những VNS mà chúng tôi đã làm trong mấy năm qua. Chúng tôi sẽ thông báo trước ít nhất 2 số, về dự trù cho những số tiếp theo sẽ là số tưởng niệm và bài viết chuyên đề về Ký giả / Nhà văn / Thi sĩ Hoài Trinh (trong thời kháng chiến chống Pháp, có in trong cuốn "Thi Nhân Việt Nam Hiện Đại Quyển 1 - Do Phạm Thanh biên soạn - NXB Sống Mới 1959). Nhưng sau khi thảo luận với các nhà biên khảo thì bị trở ngại, bởi 1 lý do thiết yếu và duy nhất là Thi sĩ Hoài Trinh, dù nổi tiếng trong

BÀI VỞ GỞI VỀ VĂN HỌC MỚI:

Gởi sáng tác, xin kèm theo địa chỉ, tên thật (có thể), số phone và Email. Gởi đến Văn Học Mới xin vui lòng đừng gởi báo khác. ***Nay Văn Học Mới phát hành theo định kỳ mỗi tháng ra 1 số. Như vậy trong vòng 1 tháng sau đó mà không thấy đăng, thì quí vị có quyền đăng báo khác. Điều quan trọng Văn Học Mới muốn nhắn nhủ đến quí tác giả là: Chúng tôi không đăng bài đã: 1/Đăng trên Facebook. 2/ Hoặc bất cứ đâu. 3/ Không nhận bài vở viết tay...***

Văn Học Mới xin quí vị lưu ý: là tạp chí **không có qui định trả tiền nhuận bút cho bất cứ tác giả nào cộng tác.** *(Vì vậy, mỗi tác giả trong nước khi gởi bài đăng , dưới tác phẩm thơ / văn, ngoài bút danh với tên thật hay điện thoại là tốt... Nhưng xin đừng ghi như bên VN là CMND và tài khoản ..v..v..*

Bài vở đánh máy trên một mặt giấy. Xin dùng Microsoft Word với công cụ đánh chữ **Uni Code hay Unikey** là tốt nhất. Nên dùng Font chữ thông dụng nhất là **Time New Roman.** *Bài vở không đăng chúng tôi không gởi trả lại. Theo nguyên tắc chờ một số mà không thấy đăng, số kế tiếp nếu có đăng thì chúng tôi sẽ thông báo, để quí vị không đăng báo khác...*

TẠP CHÍ VĂN HỌC MỚI
PHÁT HÀNH 12 SỐ /NĂM
BẮT ĐẦU SỐ 34 / PHÁT HÀNH VÀO THÁNG 11/2024

NHẬN BÀI TỪ NGÀY 1 ĐẾN NGÀY 15
NẾU AI GỬI TRỄ - SẼ DỜI LẠI SỐ SAU

Gửi bài vở cho tạp chí Văn Học Mới theo 3 hộp thư:
vanhocmoi4@gmail.com
tapchivanhocmoi.tho@gmail.com
ntlthu1016@gmail.com

Ngân phiếu/ chí phiếu mua báo dài hạn, xin đề:
HA NGUYEN
10291 Arundel, Ave
Westminster, CA 92683 - USA

Một cách rất tiện lợi và nhanh nhất là gởi trả qua công cụ có sẵn trong mỗi. ngân hàng là ; Zelle. (khi tác giả nào cần trả qua Zelle hãy email trước cho biết , sẽ cho số phone , kèm theo tên Ha Nguyen nữa là xong.

GIÁ BIỂU BÁO DÀI HẠN 12 SỐ / NĂM

HOA KỲ / MỘT NĂM / $ 240.00 . HAI NĂM $ 460.00

MUA______/ NĂM

CANADA / AUSTRALIA / PHÁP / ĐỨC
MỘT NĂM $ 280.00 . HAI NĂM / $540.00

MUA______/ NĂM

GIÁ BÁN TẠI CÁC NHÀ SÁCH US $20.00

GIÁ BIỂU BÁO DÀI HẠN 12 SỐ / NĂM

HOA KỲ / MỘT NĂM / $ 240.00 . HAI NĂM $ 460.00

MUA______/ NĂM

CANADA / AUSTRALIA / PHÁP / ĐỨC
MỘT NĂM $ 280.00 . HAI NĂM / $540.00

MUA______/ NĂM

GIÁ BÁN TẠI CÁC NHÀ SÁCH US $20.00

GIÁ BIỂU BÁO DÀI HẠN 12 SỐ / NĂM

HOA KỲ / MỘT NĂM / $ 240.00 . HAI NĂM $ 460.00

MUA______/ NĂM

CANADA / AUSTRALIA / PHÁP / ĐỨC
MỘT NĂM $ 280.00 . HAI NĂM / $540.00

MUA______/ NĂM

GIÁ BÁN TẠI CÁC NHÀ SÁCH US $20.00

GIÁ BIỂU BÁO DÀI HẠN 12 SỐ / NĂM

HOA KỲ / MỘT NĂM / $ 240.00 . HAI NĂM $ 460.00

MUA______/ NĂM

CANADA / AUSTRALIA / PHÁP / ĐỨC
MỘT NĂM $ 280.00 . HAI NĂM / $540.00

MUA______/ NĂM

GIÁ BÁN TẠI CÁC NHÀ SÁCH US $20.00

Chúng tôi NHẬN in ấn tác phẩm thuộc VHNT

NHÀ XUẤT BẢN VĂN HỌC MỚI

Phát hành toàn cầu qua hệ thống Amazon.
Sẽ giao đến tận nhà quí vị. Trên
tinh thần ủng hộ quí Văn Nghệ Sĩ
và thân hữu trong giới sáng tác
Liên lạc Hà Nguyên Du

vanhocmoi4@gmail.com
tapchivanhocmoi.tho@gmail.com
ntlthu1016@gmail.com

Ảnh bìa: Giai Điệu Mùa Xuân - Tranh Họa sĩ Kimchi Hoang
Oil on Canvas - 36 inches x 48 inches.

Trình bày Bìa & Nội dung: HÀ NGUYÊN DU

*

Copyright © 2021 by vanhocmoi magazine.
All rights reserved